கறுப்புப் பணம்

ரமணன்

பல்லாண்டுகளாக இயங்கிவரும் எழுத்தாளர், பத்திரிகையாளர். அரசியல், சமூகம், வரலாறு என்று பல விரிவான தளங்களில் தொடர்ந்து ஆய்வுகள் மேற்கொண்டு வருகிறார். பயண நூல்கள், தொழில்முனைவோருக்கான நூல்கள் ஆகியவையும் வெளிவந்துள்ளன. தேசிய வங்கி ஒன்றில் உயர் அதிகாரியாகப் பணியாற்றி வருகிறார்.

கறுப்புப் பணம்

ரமணன்

கிழக்கு

கறுப்புப் பணம்
Karuppu Panam
Ramanan ©

First Edition: January 2015
88 Pages

Printed in India.
ISBN 978-93-84149-07-9
Kizhakku - 797

Kizhakku Pathippagam
177/103, First Floor,
Ambal's Building, Lloyds Road,
Royapettah, Chennai 600 014.
Ph: +91-44-4200-9603
Email : support@nhm.in
Website : www.nhm.in

Author's Email: ramananvsv@gmail.com

Cover Image: Shutterstock

Printed in India by Repro Knowledgecast Limited, Thane

Kizhakku Pathippagam is an imprint of New Horizon Media Private Limited.

கறுப்புப் பணத்தையும்
ஊழலையும் இந்தத்
தேசத்திலிருந்து
ஒழிக்கவேண்டும் என
விரும்பும் என் சக
இந்தியர்களுக்கு

உள்ளே

1. எது கறுப்புப் பணம்?

என்றேனும் ஒருநாள் விளையாட்டாக இதைச் செய்து பாருங்கள். விடியற்காலை நடைப் பயிற்சிக்குப் போகும்போதோ, வகுப்பறையில் மாணவர்களிடமோ, அலுவலக சகாக்களிடமோ, பக்கத்து வீட்டு நண்பர்களிடமோ கறுப்புப் பணம் என்றால் என்ன? அதை பார்த்திருக் கிறீர்களா? என்று கேட்டுப்பாருங்கள். பலரும் சுவிஸ் வங்கி, கோடி களில் பதுக்கப்பட்டிருக்கும் இந்தியப் பணம், அரசு அதனை மீட்டெடுக்கவேண்டிய அவசியம் என்று பேசத் தொடங்கிவிடுவார்கள். சரி, நீங்கள் கறுப்புப் பணத்தை உங்கள் கண்களால் பார்த்திருக்கிறீர்களா என்று கேட்டால் அவர்களால் தெளிவாகப் பதிலளிக்கமுடியாது.

கடவுள் என்றால் என்ன என்னும் கேள்விக்கும் இத்தகைய குழப்பமான பதில்களே வந்துசேரும். கடவுள் இருப்பதை உணரமுடியும் ஆனால் பார்க்கமுடியாது என்பதைப் போல் கறுப்புப் பணம் இருப்பதையும் உணரமுடியும், ஆனால் பார்க்கமுடியாது. அதன் உண்மை வடிவத்தைப் புரிந்துகொள்வதும் சிரமம்தான்.

2014 நாடாளுமன்றத் தேர்தலில் கறுப்புப் பணம் மிக முக்கிய இடத்தைப் பிடித்திருந்தது. கறுப்புப் பணம் பற்றி பேசாத இந்திய அரசியல் கட்சிகள் எதுவுமே இல்லை என்று சொல்லிவிடலாம். ஆட்சியில் இருந்த கட்சிகளுக்கு எதிராக எழுந்த எதிர்ப்பு அலையிலும், அதனால் எழுந்த ஆட்சி மாற்றங்களுக்கும் இந்தக் கறுப்புப் பண விவகாரம் ஒரு முக்கிய காரணம் என்று சொல்லலாம்.

கறுப்புப் பணத்தை மீட்டெடுத்துக்கொண்டு வரவேண்டிய அவசியத் தைப் பற்றி எதிர்க்கட்சிகள் அவ்வப்போது குரல் கொடுப்பதை நாம் பார்த்து வருகிறோம். நாங்கள் ஆட்சிக்கு வந்தால் வெளிநாடுகளில் பதுங்கியிருக்கும் பல லட்சம் கோடி கறுப்புப் பணத்தை மீட்டு வருவோம் என்று அவர்கள் அறைகூவல் விடுப்பதையும் பார்த்திருக் கிறோம். இவ்வாறு மீட்டெடுத்தால் சரிந்துகொண்டிருக்கும் இந்தியப்

பொருளாதாரம் பலப்படும் என்று அவர்கள் நம்பிக்கைத் தெரிவிக்கிறார்கள்.

அப்படி மீட்டெடுக்கும் பணத்தில் ஒவ்வொரு இந்தியக் குடிமகனுக்கும் கிடைக்கும் பங்கு எவ்வளவு இருக்கும் என்று சிலர் கணக்குப் போட்டுச் சொல்கிறார்கள். நம்பமுடியாத லட்சக்கணக்கான ஒரு தொகையையும் அவர்கள் அறிவிக்கிறார்கள். சுவிஸ் வங்கி உள்ளிட்ட வெளிநாட்டு வங்கிகளில் இந்திய கோடீஸ்வரர்கள் பதுக்கியுள்ள கறுப்புப் பணம் எவ்வளவு தெரியுமா? 25 லட்சம் கோடி ரூபாய் முதல் 70 லட்சம் கோடி ரூபாய் வரை இருக்கலாம் என்பது ஒரு மதிப்பீடு. இந்தியாவில் உள்ள கிராமங்களின் எண்ணிக்கை 6,38,365. எழுபது லட்சம் கோடி ரூபாயை கிராமங்களின் எண்ணிக்கையால் வகுத்தால், ஒவ்வொரு கிராமத்துக்கும் 10 கோடி ரூபாய் கிடைக்குமென்றும், அதை வைத்துப் பள்ளிக்கூடம், மருத்துவமனை உள்ளிட்ட எல்லாத் தேவைகளையும் நிறைவு செய்துவிடலாம் என்று அன்னா ஹசாரே தலைமையில் எழுந்த ஊழல் ஒழிப்புக் குழுவில் பங்குகொண்டிருந்த ஒரு துறவி அறிவித்தார். மற்றொரு அரசியல் தலைவர் இத்தகைய கறுப்புப் பணப் பதுக்கல்களைத் தடுக்க முயற்சி எடுக்காத அரசாங்கத்தை எதிர்த்து நாடு முழுவதும் யாத்திரை செல்லப்போவதாக அறிவித்தார். ஆனால் கறுப்புப் பணம் பற்றிய மதிப்பீடுகளில் எது சரியானது என்பது இந்த நொடி வரை ஒருவருக்கும் தெரியவில்லை.

கறுப்புப் பணம் பற்றியோ அல்லது அது இந்திய பொருளாதாரத்துக்கு ஏற்படுத்திகொண்டிருக்கும் பாதிப்புகள் பற்றியோ கடந்த தேர்தல் அளவுக்கு முந்தைய காலங்களில் விவாதிக்கப்படவில்லை. மீடியாவும் இந்த அளவுக்கு விரிவாகவும் தொடர்ச்சியாகவும் கறுப்புப் பணம் பற்றி விவாதித்ததில்லை என்றே சொல்லலாம்.

பூதாகரமாக எழுந்துகொண்டிருக்கும் கறுப்புப் பொருளாதாரம் பெரும் பிரச்னையாக உருவெடுத்திருக்கிறது.கறுப்புப் பணத்தின் அத்தனை பரிமாணங்களையும் உள்ளடக்கிய இந்த இணைப் பொருளாதாரம்தான் இந்தியா வல்லரசாக வேண்டும் என்ற கனவின் முதல் முட்டுகட்டை

உண்மையில் கறுப்புப் பொருளாதாரத்தின் ஒரு சிறிய பகுதியே கறுப்புப் பணம். கணக்கில் வராத அனைத்து வருமானங்களும் அதைப் பயன்படுத்துவதும், முதலீடு செய்வதும் கறுப்புப் பொருளாதாரத்தை உருவாக்குகிறது. பொதுவாக கறுப்புப் பணம் என்றால், லஞ்சம் போன்ற சட்டவிரோத முறைகளில் கிடைக்கப்பெறும் பணம் என்றே கருதப்படுகிறது. உண்மையில் இதுவும் கறுப்புப் பணத்தில் ஒரு பகுதியே. இந்தியப் பொருளாதாரத்தில் 50 சதவிகிதத்துக்கும் மேலாக கறுப்புப் பணம் இருக்கிறது என்கிறது ஓர் ஆய்வறிக்கை. இதில் சுமார்

20 சதவிகிதம்மட்டுமே வெளிநாடுகளில் பதுக்கப்பட்டிருக்கிறது. மற்றவை இந்தியாவிலேயே பல வகைகளில் பதுக்க அல்லது மறைக்கப்பட்டிருக்கிறது.

ஆனால் இந்தியாவின் கறுப்புப் பணம் எல்லாம் வெளிநாடுகளில் மட்டுமே இருப்பது போலவும் அதை மீட்டுவந்தால் இந்தியப் பொருளாதாரம் மிக பெரிய அளவில் சீராகிவிடும் என்பது போலவும் அரசியல் கட்சிகள் ஒரு தோற்றத்தை உருவாக்கி அரசியலாக்கிக் கொண் டிருக்கின்றன. கறுப்புப் பணம் என்பது வெளிநாட்டு வங்கிகளில் மட்டும் தூங்க வில்லை, உள்நாட்டிலேயே நம் கண் முன்னால் நடமாடிக்கொண்டு இருக்கிறது.

எது கறுப்புப் பணம்? எந்த இந்தியச் சட்டங்களிலும், நீதிமன்ற தீர்ப்பு களிலும் சொல்லப்படாத ஒரு வார்த்தை கறுப்புப் பணம். மீட்கப் படுவது பற்றியும் ஒழிப்பது பற்றியும் தடுப்பது பற்றியும் மிக அதிகமாக விவாதிக்கப்படுகிறது என்றபோதும் கறுப்புப் பணம் குறித்து எந்தச் சட்டத்திலும் பேசப்படவில்லை என்பது ஓர் ஆச்சரியமான உண்மை. திருட்டு, சூறையாடல், கற்பனைக்கு எட்டாத குற்றம் என்று உணர்ச்சி கரமான பல சொற்றொடர்களை உச்ச நீதிமன்ற நீதிபதிகள் உதிர்த் திருந்தாலும், இச்சொற்களுக்கு சட்டரீதியாகவோ நடைமுறையிலோ எவ்விதப் பொருளும் இல்லை. திருட்டுப் பணம், கறுப்புப் பணம், வரி ஏய்ப்புப் பணம், போதை மருந்துப் பணம், ஆயுதக் கடத்தல் பணம் என்று என்ன அடைமொழிகளைச் சேர்த்து அழைத்தாலும் எது கறுப்புப் பணம் என்பது சட்ட ரீதியாக இன்னமும் வரையறுக்கப் படவில்லை.

'கறுப்பு' என்ற வார்த்தை நிழலான, பயங்கரமான, சட்டத்துக்குப் புறம்பாகச் செய்யபடும் செயல்களைக் குறிக்க ஆங்கிலேயர்களால் பயன்படுத்தபட்ட ஒரு குறிப்பு வார்த்தை. இரண்டாம் உலகப்போரில் உணவு உள்பட பல அத்தியாவசியப் பொருட்கள் பதுக்கப்பட்டு அதிக விலைக்கு விற்கப்பட்டபொழுது உதயமான வார்த்தை பிளாக் மார்கெட் என்ற கறுப்புச் சந்தை. அதைத் தொடர்ந்து கணக்கில் காட்டப் படாத பணத்தை வர்ணிக்க கறுப்புப் பணம் என்ற வார்த்தை பயன் படுத்தப்படுகிறது. ஆனால் உண்மையில் கறுப்புப் பணம் என்பது இந்த ஒரு வார்த்தையில் அடங்கிவிடக்கூடிய விஷயம் இல்லை. மிக ஆழ மான அர்த்தங்களை ஒரு நாட்டின் பொருளாதாரத்தையே அசைக்கக்கூடிய ஆபத்தான விஷயங்களைத் தன்னகத்தே கொண்டுள்ளது கறுப்புப் பணம்.

கணக்கில் காட்டப்படாத பணம். வருமானவரி, வியாபார வரி செலுத்தாமல் ரகசியமாக உள்நாட்டிலோ அல்லது வெளிநாட்டிலோ

பதுக்கி வைக்கப்படும் பணம். சட்டவிரோதமான வழிகளில் ஈட்டப் படும் வருமானம். இப்படிப் பல வழிகளில் அடையாளம் காட்டப்படு கிறது கறுப்புப் பணம். ஆனால் இந்தியச் சட்டங்களில், குற்றவியல் சட்டங்களிலும் கறுப்புப் பணம் தெளிவாக வரையறுக்கபடவில்லை. இருந்தாலும் நடைமுறையில் கறுப்புப் பணம் என அடையாளம் கண்டு ஏற்றுக்கொள்ளபட்ட வடிவங்கள் இவைதான். பொதுவாக வருவாயில் இருந்து அரசுக்குக் கணக்குக் காட்டாமல் மறைக்கப்படும் பணம் எல்லாமே கறுப்புப் பணம்தான். வரி கட்டுவதைத் தவிர்க்கவே, வருவாய் மறைக்கப்படுகிறது. சில வேளைகளில் குற்ற வழிகளில் வந்த பணத்தையும் கணக்குக் காட்ட முடியாமல் போவதால் அதுவும் கறுப்புப் பணமாகிவிடுகிறது.

எப்போது தோன்றியது இந்தக் கறுப்புப் பணம்? கட்டுப்பாடான நிர்வாகம் என்பது சமூக வாழ்வியலின் ஓர் அங்கம் என்று மாறியபோதே கறுப்புப் பணம் பதுக்கும் முறையும் தோன்றியிருக்கிறது. சில தனிமனிதர்களின் எதிர்கால பாதுகாப்பு குறித்த அச்சங்களால் எழுந்த ஒரு ஒழுங்கீனம் இது. முறையில்லாமல் ஈட்டும் பொருளைப் பாதுகாக்கத் தோன்றிய வழிகளில் ஒன்று. இப்படி முறையில்லாமல் பொருள் ஈட்டுவோரைபூம்புகார் நகரில் இருக்கும் சதுக்க பூதம் தண்டிக்கும் என்று சிலப்பதிகாரம் பேசுகிறது. பொருள் ஈட்டலும் அதில் தவறான முறைகளும் இருந்திருப்பதையும் அதைத் தடுக்க நிர்வாகம் முயன்றுகொண்டிருந்ததையும் இது உணர்த்துகிறது. இப்படி இந்திய வரலாறு முழுக்க பல இடங்களில் முறைகேடான பொருள் ஈட்டுவது பற்றிய குறிப்புகள் காணக்கிடைக்கின்றன.

கறுப்புப் பணம் எப்போது தோன்றியது என்ற கேள்விக்கு இது பலநூற்றாண்டுகளாக சமூகத்தில் வேறுன்றியிருக்கும் ஒரு விஷயம் என்பதுதான் பதிலாக இருக்கமுடியும்.

நவீன இந்தியாவில் மன்னராட்சி ஒழிந்து பிரிட்டிஷ் ஆட்சி தொடங்கிய காலகட்டத்திலேயே இந்தியாவில் கறுப்புப் பணம் இருப்பதை அன்றைய ஆட்சியாளர்கள் உறுதி செய்திருக்கின்றனர். 1936ல் அய்யர் கமிட்டி என்று ஒரு குழு அமைக்கப்பட்டிருக்கிறது. ரகசியமாக மறைந்து இயங்கி கொண்டிருக்கும் பிளாக் மார்க்கெட்டை ஒழித்து அரசுக்கு வரவேண்டிய முழு வரி வருமானத்தையும் உறுதி செய்வ தற்கான வழிமுறைகளை ஆராய்ந்து அரசுக்குத் தெரிவிப்பதுதான் அந்த கமிட்டிக்கு அரசு இட்ட பணி. இதைத் தொடர்ந்து வேறு சில கமிட்டி களும் போடபப்பட்டிருக்கின்றன. அவையும் பிரச்னையை ஆராய்ந்து ஆய்வறிக்கைகளைச்சமர்ப்பித்திருக்கின்றன. அவற்றின் அடிப்படையில்

அன்றைய ஆங்கிலேய அரசு என்னென்ன சீர்திருத்தங்கள் செய்தன எனத் தெளிவாகத் தெரியவில்லை. ஆனால் தெளிவாகத் தெரியும் ஒரு விஷயம் அந்த வரிஏய்ப்புதான் இன்றும் தொடரும் கறுப்புப் பணத்தின் முதல் புள்ளி என்பது.

சிறிய சுனையில் தொடங்கி ஆறாகப் பெருகி பிரம்மாண்டமாக நாட்டின் பல இடங்களில் பாயும் ஜீவநதிகளைப் போல கறுப்புப் பணமும் இன்று தேசம் முழுவதும் பரவியிருக்கிறது. ஜீவ நதிகளைப் போல இது வற்றாமல் வளர்ந்துகொண்டும் இருக்கிறது. *1948* முதல் இதுவரை தொடர்ந்த அரசுகள் நாற்பதுக்கும் மேற்பட்ட குழுக்கள், கமிஷன்கள் போன்றவற்றை அமைத்திருக்கின்றன. ஆனால் அவற்றால் எந்தப் பலன்களும் இல்லை. இந்தியாவில் பெருகியுள்ள கறுப்புப் பணத்தின் அளவு ஒரு இணைப் பொருளாதாரத்தை உருவாக்கும் அளவுக்கு வளர்ந்துள்ளது. கறுப்புப் பணத்தின் அளவு அதிகரிக்க அதிகரிக்க, நாட்டின் பொருளாதாரம் மட்டுமல்லாமல் பாதுகாப்பும் கூட ஆபத்துக்கு உள்ளாகிறது. மோசடிகள், லஞ்ச-ஊழலுக்கு மட்டு மல்ல, சமூகத்தின் நிலைத்தன்மை மற்றும் ஒழுக்க மதிப்புகள் கெடு வதற்கும் இந்தக் கறுப்புப் பணம் காரணமாகிறது.

இந்தியா ஒரு சுதந்தர நாடாக உதயமானபோது ஆட்சியாளர்களின் வரிவிதிப்பு கொள்கைகளில் நிறைய முரண்பாடுகள் இருந்தன. வேலை வாய்ப்பு, உற்பத்தி, வணிகம் போன்றவற்றுக்கு முன்னுரிமை கொடுக்கப்பட்டாலும், வரிவிதிப்பு தனியார் துறைகளின் மீதும், அதிக லாபம் ஈட்டும் நிறுவனங்கள்மீதும் மிகக் கடுமையாக இருந்தது. இந்த வரிகளைக் குறைவான அளவில் செலுத்த இந்த நிறுவனங்கள் கையாண்ட வழிகளில் ஒன்று இரட்டை கணக்கு புத்தகங்கள் முறை. ஒன்று நிறுவனத்தின் உண்மையான கணக்குகள். மற்றொன்று அரசின் வரிவிதிப்புகளுக்கானது. இரண்டுக்கும் உள்ள வித்தியாசத்தில் சேமித்த கணக்கில் வராத பணம்தான் நாட்டில் பிறந்த கறுப்புப் பணத்தின் முதல் அவதாரம்.

தொடர்ந்து இது பலவகைகளில் வளர்ந்தது. அதிகமான வரிவிகிதங்கள், வரிஏய்ப்புகளைச் செய்ய சொல்லிக்கொடுத்து அதற்கு கையூட்டு பெற்ற அதிகாரிகள், அதைப் பயன்படுத்த அவர்கள் கையாண்ட முறைகள், அப்படி கையூட்டு வருமானங்களை அதிகரிக்க நிர்வாக சட்டங்களை யும் கடுமையாக்கியது என்று பலவழிகளில் கணக்கில் வராத பணம் வளர்ந்தது. கறுப்புப் பணமும் அதன் மூலம் கறுப்புப் பொருளா தாரமும் உருவானது. இது அரசாங்கத்துக்குத் தெரிந்திருந்தும் தடுப்ப தற்குப் பெரிய அளவில் எந்த முயற்சிகளும் எடுக்கப்படவில்லை.

முதன் முதலில் 1985ல் இப்படி கணக்கில் வராமல் சேமிக்கப் பட்டிருக்கும் கறுப்புப் பணம் எவ்வளவு என்பதை அறிய முயன்றது புது டெல்லியில் உள்ள ஒரு தேசிய நிறுவனம். நேஷனல் இன்ஸ்டியூட் ஆஃப் பப்ளிக் பைனான்ஸ் அண்ட் பாலிசி என்னும் இந்த தனியார் ஆராய்ச்சி நிறுவனம் அன்றைய நிதி அமைச்சகத்தின் ஆசியைப் பெற்றிருந்தது. அதனால் அரசுத் துறைகள் இதற்கு விவரங்களைக் கொடுத்து உதவின. இதன் தலைவர் ராஜா செல்லையா என்ற வரிகள் தொடர்பான சட்ட வல்லுனர். இதனால் இந்த நிறுவனத்தின் அறிக்கை ராஜா செல்லைய்யா ரிப்போர்ட் என்று பிரபலமாக அறியப்பட்டது.

இந்த அறிக்கையில் கறுப்புப் பணம் பிறக்க, வளர காரணமாகயிருப்ப தாக 8 விஷயங்கள் அடையாளம் காணப்பட்டிருந்தன. இவற்றைச் சீராக்கினால் கறுப்புப் பணம் உற்பத்தி குறையும் என்று சொல்லப் பட்டிருந்தது.

1) அரசியல் லாபங்களுக்காகவும் லஞ்சம்பெற்றுக்கொண்டும் பெர்மிட்டுகளும் லைசன்ஸுகளும் வழங்குவது.
2) அரசாங்க நடைமுறைகளை விரைவாக்க கட்டணமாக ஸ்பீட் மணி கேட்பது.
3) அரசாங்க பணிகளில் சேர, வேலைகளுக்காக, மாற்றங்களுக்ககாகக பணம் பெறுவது.
4) தொழிலாளர் நலம் பாதுகாப்பு,போலிஸ், சுகாதாரம்,வருமான வரி போன்ற துறைகளிலும் ஆட்சித் தலை வர் அலுவலகங்கள் போன்று எங்கெல்லாம் அனுமதி வழங்கப்படும் அதிகாரம் இருக்கிறதோ அங்கெல்லாம் கடைநிலை ஊழியர்கள் லஞ்சம் பெற்று மேல் அதிகாரிகளுடன் பகிர்ந்து கொள்கிறார்கள்.
4) குடியிருப்பு வாடகை கட்டுப்பாடு சட்டங்களை வளைப்பது.
5) அனுமதியில்லாமல் எழுப்பப்பட்ட கட்டடங்களுக்கு அனுமதி வழங்குவது.
6) கிடைப்பதற்குக் கடினமாக இருந்த டெலிபோன், மின்சார இணைப்பு, சரக்கு ரயில் பெட்டிகள் ஒதுக்கீடு போன்ற பொது வசதிகளை பெறுவதில் முன்னுரிமை அளிப்பது,
7) அரசின் பொதுப் பணித்துறை பணிகளின் ஒப்பந்தம் பெறுவது.
8) அரசியல் கட்சிகள் நன்கொடை, தேர்தலுக்கு முன்னும், தேர்த லுக்குப் பின் செய்ய வேண்டிய அரசியலில் சரிகட்டும் வேலைகள்.

இந்த அறிக்கை கொடுக்கப்பட்டு 30 ஆண்டுகள் ஆகிவிட்டன. ஆனால் இதில் சொல்லப்பட்டிருக்கு விஷயங்கள் அனைத்து இன்றும்

தொடர்கிறது. நிலைத்து நிற்கிறது. கறுப்புப் பணம் மட்டும் உற்பத்தி யாகிக் கொண்டும் புதிய தளங்களில் வளர்ந்து கொண்டும் இருக்கிறது. இந்த அறிக்கைக்கு அடுத்தபடியாக சூரஜ் பி.குப்தா என்பவர் 1987-88ல் கறுப்புப் பணம் உற்பத்தியாகும் 12 துறைகளை, இடங்களைப் பட்டியி லிட்டு 1980 முதல் 1987 வரை எவ்வளவு கறுப்புப் பணம் உற்பத்தியாகி யிருக்கும் என ஒரு விஞ்ஞான கணக்கீட்டு முறையில் கண்டுபிடித்து 'இந்தியாவில் கறுப்புப் பணம்' என்ற புத்தகத்தில் பட்டியலிட்டிருக் கிறார்.

இவர் கணக்கின்படி1980-81ல் 51 கோடியாக இருந்த கறுப்புப் பணம் 1983-84ல் 85 கோடியாகவும் 1987-88ல் 150 கோடியாகவும் உயர்ந்திருக் கிறது. இந்த நிலை தொடர்ந்தால் நாட்டின் பொருளாதாரம் சீர்குலைந்துவிடும் அபாயம் இருப்பதாகவும் அவர் எழுதியிருக்கிறார். தொடர்ந்து வந்த ஆண்டுகளில் இம்மாதிரி பல அறிக்கைகள், ஆய்வு களின் விளைவாக வரி விதிப்பிலும் நிர்வாக முறையிலும் மாற்றங்கள் நிகழ்ந்தன, ஆனாலும் கறுப்புப் பணம் வளர்ந்துகொண்டேதான் இருக்கிறது.

நேரடி வரி மிக அதிகமாக இருப்பதால், வரி கட்டாமல் தப்பிக்க பொய் கணக்குக் காட்டப்படுகிறது. இதனால் கறுப்புப் பணம் உருவாகிறது. மேலும், வினியோக முறைகளைச் சரியாக சீரமைக்காமல் விலைக் கட்டுப்பாடுகளை விதிப்பதன்மூலமும் கறுப்புப் பணம் வளர்கிறது. அரசாங்க ஒப்பந்தங்கள் போடப்படும்போதும், கொள்முதல் மேற்கொள்ளும் போதும் கைமாறும் கமிஷன் அல்லது லஞ்சப் பணம், ஊழல்கள் மூலம் திருடப்படும் பணம், பெரிய பன்னாட்டு நிறுவனங் களுடன் வணிக ஒப்பந்தங்கள் மேற்கொள்ளப்படும் போது கைமாறும் பணம், ஹவாலா முறைகள், தேர்தல் காலத்தில் அரசியல் கட்சிகளுக்கு அளிக்கப்படும் நன்கொடை போன்றவையும் மோசடிகள் நிறைந்த வணிக நடைமுறை, கடத்தல் மற்றும் பிற சட்டவிரோத நடவடிக்கை களும் கறுப்புப் பணத்தை ஊக்குவிக்கின்றன.

இன்றும் சராசரி இந்தியன்தான் அதிக வரி செலுத்துவதாக உணர்கிறான். விதிக்கப்பட்டிருக்கும் வரியையும் உண்மையான வருமானத்தையும் சரியாகக் கணக்கிடும் முறையும் அதைச் சரிபார்க்க வலிமையான அமைப்புகளும் இல்லை என்றே பல வல்லுனர்கள் கருதுகிறார்கள்.

நமது வரிவிதிப்பு முறைகளில் ஒரு முறை வரிசெலுத்திய பணத்தில் செய்யப்படும் முதலீடு மீண்டும் வரிவிதிப்புக்குள்ளாகிறது. இதை இழப்பாக கருதும் பலர் வரியைத் தவிர்க்க முயற்சிக்கிறார்கள். ஒரு சிறிய உதாரணத்தை பார்ப்போம். மாதச் சம்பளம் வாங்கும் ஒருவரின் சரியான வருமான வரியை அவரது அலுவலக நிர்வாகம் பிடித்தம்

செய்து செலுத்திவிடுகிறது. இதற்குப் பின்னர் அவர் செய்த சேமிப்பு வங்கியில் முதலீடு செய்யபட்டால் அதன் வட்டி வருமானமாக கணக்கிடப்பட்டு அதில் வரி பிடித்தம் செய்யபடுகிறது. இப்படி சேமிக்கப்பட்ட பணத்தில் ஒரு நிலம் வாங்கினால் அதை பதிவு செய்ய 10% வரி செலுத்த வேண்டியிருக்கிறது. அந்த வரியைத் தவிர்க்க சொத்தின் உண்மையான மதிப்பு குறைத்து மதிப்பீடு செய்யப்படுகிறது. அந்த அளவில் வாங்குபவருக்கு கட்டண வரிகுறைந்தாலும் சொத்தை விற்பவரின் கையில் கணக்கில் காட்டாத பணம் சேர்கிறது.

சில சமயங்களில் வாங்குபவர் இதற்கு உடன்படத் தயங்குவார். ஆனால் விற்பவரின் முதல் நிபந்தனையே இந்த முறையாகத்தான் இருக்கும். வாங்கும் சொத்தின் அவசியம் கருதி இந்த நிபந்தனையை வாங்குபவர் ஏற்கிறார். அதாவது கறுப்புப் பொருளாதார வலைக்குள் வர ஒருவர் நிர்பந்திக்கப்படுகிறார் என்பதே நிஜம். இந்தப் பணம் விற்பனை செய்தவரால் தவறான முறையில் ஈட்டபட்ட பணம் என்பதால், அதை மூதலீடு செய்ய அல்லது பாதுகாக்க அவர் கறுப்புப் பணம் உருவாகும் மற்றொரு வழியை நாடுகிறார். சில ஆண்டுகளில் அந்தச் சொத்தை வாங்கியவர் உயர்ந்திருக்கும் மார்க்கெட் விலையில் விற்கும்போது அதற்கான மூதலீட்டு வரியைக் கட்டவேண்டியிருக்கிறது. இந்த வரியைக் குறைக்க சொத்தின் மதிப்பு குறைவாகப் பதிவு செய்ய படுகிறது. இதன்மூலம் இப்போது உற்பத்தியாகியிருக்கும் கறுப்புப் பணம் சொத்தை விற்றவரின் கையில் இருக்கும். இது அந்தச் சொத்தை வாங்கும்போது அவர் கொடுத்த கறுப்புப் பணத்தைவிட அதிகமாக இருக்கும். இப்படி தனி நபர்களால் பல வகைகளில் உருவாக்கப்படும் பணத்தைப் போலவே பெரிய அளவில் செல்வந்தர்களாலும் நிறுவனங்களாலும் தொடர்ந்து பலவிதமான வழிகளில் கறுப்புப் பணம் உருவாகிக்கொண்டே இருக்கிறது. இப்படி தினசரி எல்லா மட்டங்களிலும் கறுப்புப் பணம் பரவிப் படர்ந்துகொண்டிருக்கிறது.

ஓர் ஆசிரியரோ மருத்துவரோ தனிப்பட்ட முறையில் பெறும் வருமானம், சட்டத்துக்கு உட்பட்டதுதான்; ஆனால் அது வருமான கணக்கில் குறிப்பிடப்படவில்லை என்றால், அதுவும் கறுப்புப் பணம்தான். இதுபோல் பெரிய அளவில் குறிப்பிடுவதென்றால், ஒரு சர்க்கரை ஆலை உரிமையாளர், கரும்பைக் குறைவாக எடை போட்டு வாங்குகிறார். அதைச் சாறு பிழிந்து, சர்க்கரையாக மாற்றி, அதிகாரி களிடம் குறைவான உற்பத்தி என கணக்கு காட்டி, ஒவ்வொரு கட்டத்திலும் கணக்கில் வராத வருமானத்தைப் பெறுகிறார். இதுவும் கறுப்புப் பணமே.

இதைப் படிக்கும் நீங்கள், எழுதும் நான் உள்பட சமூகத்திலிருக்கும் அனைவரும் இந்தக் கறுப்புப் பொருளாதாரம் நிலவுவதற்கு ஏதாவது

ஒருவகையில் காரணமாக இருக்கிறோம். எப்படி என்கிறீர்களா? அருகிலுள்ள கடைக்குச் சென்று நாம் வாங்கும் அத்தியாவசியப் பொருள்களுக்கு நம்மில் பலரும் பில் வாங்குவதில்லை. நாம் அதைக் கேட்பதும் இல்லை. இதுவும்கூட கறுப்புப் பொருளாதாரம் வளர்வ தற்கு உதவி செய்கிறது. அதாவது, நாம் கறுப்புப் பணம் வளர்வதற்கு உதவுகிறோம் என்று பொருள்.

பலசரக்குக் கடையில் தொடங்கி தங்க நகை வாங்குவதுவரை அனைத்து இடங்களிலும் இந்த வழக்கம் தொடர்கிறது. இவர்களில் பலர் ரொக்கப் பணத்துக்கு வியாபாரம் செய்பவர்கள். தினசரி அவர்களிடம் சேரும் பணத்துக்கு முறையான கணக்கு எழுதுவதில்லை. இவர்களுக்குப் பொருட்களை சப்ளை செய்யும் விநியோகஸ்தர்கள், அவர்களுக்குப் பொருட்களை பெரிய அளவில் வழங்கும் ஸ்டாக்கிஸ்டுகள், இறுதியில் உற்பத்தியாளர்கள் என்று நீண்டு கொண்டே போகும் இந்தச் சங்கிலித்தொடரில் எல்லா மட்டங்களிலும் கணக்குகள் முறையாக பராமரிக்கப்படுவதில்லை. இதனால் எல்லா மட்டங்களிலும் வியாபாரத்தின் லாபங்களில் ஒரு பகுதியாக கறுப்புப் பணம் தொடர்ந்து உருவாகிக்கொண்டே இருக்கிறது. அது வளரும் வேகத்தில் செலவழிக்கவேண்டியிருப்பதால் இந்தப் பணம் வேறு ஒரு தளத்துக்கு மாறுகிறது. வேறு ஒரு வடிவம் எடுக்கிறது.

கறுப்புப் பணத்தின் சரித்திரம் மிகவும் நீண்டது. இதில் அரசியல், பொருளாதாரம் இரண்டும் பின்னிப்பிணைந்து கிடக்கிறது.

2. கறுப்பில்தான் எத்தனை வண்ணங்கள்?

இந்தக் கறுப்புப் பொருளாதாரமும், அதன் மூலக்காரணமான கறுப்புப் பணமும் உலகத்தின் பல நாடுகளில் இருக்கும் விஷயம். கம்யூனிசம், ஜனநாயகம், சர்வாதிகாரம், மன்னராட்சி, ஒரு கட்சி ஆட்சி என்று எப்படிப்பட்ட அரசியல் அமைப்பாக இருந்தாலும் வளர்ந்த நாடுகள், வளரும் நாடுகள், அதிகம் வளர்ச்சிபெறாத நாடுகள் என்று எந்த வகையான நாடாக இருந்தாலும், அங்கு கறுப்புப் பணம் ஏதோ ஒரு வகையில் இடம்பிடித்திருக்கிறது.

கடந்த 10 ஆண்டுகளில் அதன் வளர்ச்சி பல மடங்காக வளர்ந்திருக்கிறது என்கிறது குளோபல் ஃபைனான்ஸ் இண்டகிரிட்டி (ஜிஎஃப்ஐ). இந்த நிறுவனம் அமெரிக்காவில் வாஷிங்டனில் இருக்கும் ஒரு சர்வதேச ஆராய்ச்சி நிறுவனம். உலக நாடுகளில் கறுப்புப் பணம் உற்பத்தியாவதையும் அது எப்படி வெள்ளமாகப் பாய்கிறது என்பதையும் தொடர்ந்து ஆராய்ந்து கொண்டிருக்கிறது இந்த நிறுவனம். பல விதமான அறிக்கைகளைத் தயாரித்து கொண்டிருக்கிறது. வளரும் நாடுகளின் அரசாங்களுக்கும் சர்வதேச நிதி மற்றும் வளர்ச்சிக்கு உதவும் நிறுவனங்களுக்கும் இந்த அறிக்கைகள் உதவுகின்றன. ஆண்டுதோறும் உலகில் ஒரு டிரில்லியன் அமெரிக்க டாலர் (ஒரு லட்சம் கோடி) கறுப்புப் பணம் உருவாகிக்கொண்டிருப்பதாகவும், வரி ஏய்ப்பு, லஞ்சம், குற்றச் செயல்களினால் இந்தக் கறுப்புப் பணம் உருவாகிறது என்றும் இந்த அறிக்கை தெரிவிக்கிறது.

ஆண்டுதோறும் பொருளாதாரத்தில் வேகமாக வளரும் நாடுகளின் கறுப்புப் பண உற்பத்தியின் அளவுகளை இந்த அமைப்பு கண்காணித்து பட்டியிலிடுகிறது. கறுப்புப் பணம் 100 மில்லியனிலிருந்து 5000 மில்லியன் டாலர் வரை வைத்திருக்கும் 150 நாடுகளைப் பிரித்து இது பட்டியலிடுகிறது. இந்தப் பட்டியலில் வளர்ந்துவரும் 10 நாடுகளில் இந்தியாவுக்கு எட்டாவது இடம் அளிக்கப்பட்டுள்ளது.

கறுப்புப் பணம் என்று அழைத்தாலும் அதில் பல வகையான வண்ணங்கள் உள்ளன. அடிப்படையில் உள்நாட்டில் பதுக்கி பயன் படுத்தப்படும் கறுப்புப் பணம், வெளிநாடுகளில் பதுக்கப்பட்டு பயன் படுத்தப்படும் பணம் என்று இரண்டு பெரும் பிரிவாக இதனை வகைப் படுத்தலாம்.

கறுப்புப் பணம் வைத்திருப்பவர்கள் எல்லாம் வெளிநாட்டில் அதைப் பதுக்குவதில்லை. தொழில் ரீதியாக வாய்ப்பு உள்ளவர்கள் அவர்கள் தேவைக்காக மட்டும் இப்படிச் செய்கிறார்கள். உள்நாட்டில் உற்பத்தி யாகும் கறுப்புப் பணம் பெரும்பாலும் உள் நாட்டிலேயே பல மாறு பட்ட வடிவங்களில் முதலீடாகி வருமானம் ஈட்டுகிறது. அதிலிருந்து மீண்டும் கறுப்புப் பணம் உற்பத்தியாகவும் வழி செய்கிறது.

2014 ஜுலை மாதத்தில் வெளிநாடுகளில் குவிக்கப்பட்டுள்ள கறுப்புப் பணம் தொடர்பான சர்ச்சைகள் எழுந்த நிலையில், உள்நாட்டில் கணக்கில் காட்டப்படாத ரூ. 90 ஆயிரத்து 390 கோடியை வருமான வரித் துறையினர் கண்டுபிடித்துள்ள தகவல் வெளியாகியுள்ளது. மேலும், பல இடங்களில் நடந்த சோதனைகளில் ரூ.10 ஆயிரத்து 791 கோடியை அதிகாரிகள் பறிமுதல் செய்துள்ளனர். கடந்த 2012-2013 நிதியாண்டில் வருமான வரித் துறையினர் நடத்திய சோதனைகளில் கண்டுபிடித்ததை விட 36.7% சதவிகிதம் அதிகமாக 2013 2014-ம் நிதியாண்டில் கணக்கில் காட்டப்படாத பணத்தைக் கண்டுபிடித்துள்ளனர் வருவாய்த் துறை அதிகாரிகள், அமலாக்கத் துறை போன்ற புலனாய்வு அமைப்புகளின் கோரிக்கையை ஏற்று, நிதிப் புலனாய்வுப் பிரிவு (இந்தியா) அவ்வப்போது சட்டவிரோதப் பணப் புழக்கத்தில் ஈடுபடுபவர்களின் தகவல்களை அளித்து வருகிறது. அந்தத் தகவல்களின் அடிப்படையில் சட்டவிரோதப் பண பரிவர்த்தனை தடுப்புச் சட்டம் (பிஎம்எல்ஏ), அந்நிய செலாவணி சட்டம் (ஃபெமா) ஆகிய இரு சட்டங்கள் மூலம் வழக்குகளைப் பதிவு செய்து பல பேரை அதிகாரிகள் கைது செய்துள்ளனர்.

ஆனால் இவையெல்லாம் மூழ்கிக்கிடக்கும் மிகப்பெரிய பனிப்பாறை யின் ஒரு சிறிய நுனிதான். இந்தியப் பொருளாதாரத்தில் 50 சதவிகிதத் துக்கும்மேல் உள்நாட்டுக் கறுப்புப் பணத்தால் நிறைந்தது. நடை பெறும் ஒவ்வொரு பெரிய பண பரிமற்றங்களுக்கும் பின்னால் இந்தக் கறுப்புப் பணம் பல வண்ணங்களில் பரிமளிக்கிறது. ரியல் எஸ்டேட், தங்க ஆபரண வியாபாரம், அரசாங்க ஒப்பந்தங்கள், மருத்துவம், கல்வி, சினிமா கடன் வழங்கும் நிதி நிறுவனங்கள் போன்ற துறைகளில் இந்தக் கறுப்புப் பணம் மிகப்பெரிய அளவில் பங்கு வகிக்கிறது.

ரியல் எஸ்டேட் துறையில் நிலம் வாங்குவதிலிருந்து அடுக்குமாடிக் கட்டடங்கள் எழுப்பி விற்பதுவரை ஒவ்வொரு கட்டத்திலும் கறுப்புப்

பணம் இருக்கிறது. இந்தியா முழுவதும் தங்க ஆபரணத் தயாரிப்பு மற்றும் விற்பனைமூலம் பெரிய அளவில் கறுப்புப் பணப் பரிமாற்றம் நிகழ்கிறது. எந்தவித பில், ரசீதும் இல்லாமல் பல கோடிக்கணக்கில் பணம் கைமாறும் வியாபாரம் இது. தங்க கொள்முதல் விலைக்கும் மார்க்கெட் விற்பனை விலைக்கும் இடையில் நியாயமாகவே நல்ல லாபம் கிடைக்கும் இந்தத் தொழிலில் ஈடுபட்டிருப்பவர்களின் பேராசையால் லாபம் பல மடங்காகிறது, அதில் பெருமளவில் கறுப்புப் பணம் உருவாகிறது.

மக்கள் நலத் திட்டங்களுக்காகப் பல ஆயிரம் கோடிகளை அரசாங்கம் செலவழிக்கிறது. இந்த ஒப்பந்தங்களைப் பெற, அதைத் தக்கவைத்துக் கொள்ள, முடித்த வேலைகளுக்குப் பணம் பெற என ஒவ்வொரு கட்டத்திலும் கறுப்புப் பணமே செலவழிக்கப்படுகிறது. அந்தப் பணத்தைத் திருப்பிப் பெற வேலைகளில் தரமின்மை, போலி பில்கள், போலி கணக்குகள் அளிக்கப்படுகின்றன. அரசுத் திட்டங்களில் அனுமதிக்கப்பட்ட லாபங்கள் தவிர இப்படி சராசரியாக ஒவ்வொரு ஒப்பந்தத்திலும் 40% கறுப்புப் பணமாகிறது என்றும் அதில் பாதிக்கும் மேல் லஞ்சப்பணமாக மாறி உலவிக்கொண்டிருக்கிறது என்றும் ஓர் ஆய்வு சொல்கிறது.

ஒரு வளரும் நாட்டில் எல்லோருக்கும் மருத்து வசதி என்பது அரசால் செய்யமுடியாத காரியம். அதனால் இந்தியாவில் மருத்துவ வசதி களைத் தனியார் அதிக அளவில் அளிக்க அரசின் ஆதரவுடன் ஊக்கு விக்கப்பட்டனர். ஆனால் இன்று நாட்டில் கறுப்புப் பணம் உற்பத்தி செய்வதில் கணிசமான பங்களிப்பை இந்தத் துறை செய்து கொண்டிருக் கிறது. மருந்து கொள்முதலில் இருந்து, டாக்டர் சம்பளம் வரை பல கார்ப்பரேட் மருத்துவமனைகளில் கறுப்புப் பணம் விளையாடுகிறது. அதிக அளவில் வசூலிக்கப்படும் கட்டணங்கள் முறையாகக் கணக் கிடப்பட்டு வரிகள் செலுத்தப்படுவதில்லை. மருந்துகளை உற்பத்தி செய்யும் பெரிய நிறுவனங்கள் இந்த மருத்துமனைகளின் ஆதரவைப் பெறுவதற்காகச் செலவிடும் பணத்தில் பெரும்பகுதி கறுப்புப் பணம் ஆகும்.

தனியார் துறை கல்வி என்பது ஒரு அனுமதிக்கப்பட்ட லாபத்துக்காக இல்லாத வணிகச்செயல் என அறிவிக்கப்பட்டுவிட்டது. ஆனால் பல கல்வி நிலையங்கள் அறக்கட்டளைகளாகப் பதிவு செய்யப்பட்டிருப்ப தால் சலுகைகளைப் பெற்றுக்கொண்டு உரிய வரிகளை ஒழுங்காகச் செலுத்தாமல் இயங்கிவருகிறது. இவற்றில் சில நிறுவனங்கள் தரமான மருத்துவம், பொறியியல். மேலாண்மை போன்ற துறைகளை அளித்து வந்தாலும் அவற்றில் பெரும்பாலான நிறுவனங்கள் மிகப்பெரிய அளவில்

கல்வி கட்டணங்களையும்நன்கொடைகளையும் முறையான ரசீதுகள் அளிக்காமல் பெறுகின்றன. இந்தப் பணம் அனைத்தும் கறுப்புப் பணமே.

இந்தியாவில் மொத்தம்188 தனியார் மருத்துவக் கல்லூரிகள் இருக்கின்றன. இதில் உள்ள மருத்துவச் சீட்டுகள் 27,020. இவற்றில் 8100 (30%) சீட்டுகள் கல்லூரி நிர்வாகத்தினருக்கானது. இன்று ஒரு சீட்டுக்கு 60 லட்சத்தில் இருந்து 75 லட்சம் வரை எந்தவித ரசீதும் இல்லாமல் நன்கொடையாகப் பெறப்படுகிறது. சராசரி ஒரு சீட்டுக்கு நன்கொடை 60 லட்சம் என கணக்கிட்டுப் பார்த்தால்கூட 4860 கோடிகள் ஆண்டு தோறும் இந்த ஒரு துறையில் எம்பிபிஎஸ் படிப்பில் மட்டும் வருகிறது. அதாவது, இந்த அளவுக்குக் கறுப்புப் பணம் உருவாகிறது.

இதேபோல் 1550 எம்டி, மேனேஜ்மெண்ட் சீட்டுகளுக்குச் சராசரி 90 லட்சம் என்று கணக்கிட்டால் 1080 கோடி. இதைத்தவிர எம்எஸ், எம்சிஹெச் போன்ற படிப்புகளில் 1290 கோடி. மொத்தமாக ஆண்டுக்கு குறைந்தபட்சம் 7318 கோடி கறுப்புப் பணமாக கல்லூரிகளை நடத்துபவர்களிடம் குவிகிறது என்கிறது டைம்ஸ் ஆஃப் இந்தியா. இது 2012ல் நாடாளுமன்றத்தில் நிதி அமைச்சர் சமர்ப்பித்த வெள்ளை அறிக்கையில் 2010ல் நாட்டைவிட்டு வெளியேறியதாகச் சொன்ன மொத்த கறுப்புப் பணத்துக்குச் சமமானது.

இப்போது நாம் பார்த்தது மருத்துவக் கல்விகளில் மட்டும். பொறியியல், மேலாண்மை என ஒவ்வொரு கல்வித் துறையின் பகுதிகளிலும் கல்லூரிகளும் நிறுவனங்களும் தொடர்ந்து கறுப்புப் பணத்தை உருவாக்கிக் கொண்டிருக்கிறது.

இந்திய சினிமா கடந்த 10 ஆண்டுகளில் பிரம்மாண்டமாக வளர்ந்த ஒரு துறை. பலருக்கு நேரடி மற்றும் மறைமுக வேலைவாய்ப்புகளையும் அரசுக்குப் பெரிய அளவில் வரிவருமானமும் தரும் ஒரு துறை. இந்தத் துறையின் எல்லா அங்கங்களைப் போலவே பிரம்மாண்டமாக வளர்ந்திருப்பது அதன் கறுப்புப் பணமும்தான். ஒரு படத்துக்கான பட்ஜெட்டைத் தயாரிக்கும்போதே அதில் கறுப்பு எவ்வளவு என்பதுதான் முதலில் தீர்மானிக்கப்படுகிறது. கலைஞர்களின் சம்பளத்தில் இருந்து விளம்பர போஸ்டர் அடிப்பதுவரை எல்லாவற்றிலும் கறுப்புப் பணத்துக்குப் பங்கு இருக்கிறது.

சொத்து மற்றும் ரியல் எஸ்டேட் விலைகள் பல மடங்கு உயர்வதற்கும் பின்னணியாக இருப்பது கறுப்புப் பணம்தான். அதுமட்டுமில்லாமல், இந்தியாவில் பயங்கரவாதத்தை ஊக்குவிக்கவும் குற்றச்செயல்களைத் தூண்டவும், பங்குச்சந்தையை முடமாக்கவும் இந்தக் கறுப்புப் பணம் பயன்படுகிறது.

ஒரு குறுகிய காலத்துக்குள் மிக அதிக அளவில் கறுப்புப் பணம் செல விடப்படுவது நமது அரசியல் கட்சிகளால்தான். தேர்தலில் வாக்காளர் களுக்கு வாரி வழங்கப்படுவதும் கறுப்புப் பணம்தான். அரசியல் கட்சிகளைச் சேர்ந்தவர்கள் போஸ்டர் ஒட்டுவதில் தொடங்கி, கட்சி களை, எம்.எல்.ஏக்களை, எம்.பிக்களை விலைக்கு வாங்குவதற்கும், கூட்டணிக் கட்சிகளின் தேர்தல் செலவுக்கும், பெரிய கட்சிகள் சிறு கட்சிகளுக்கு அளிக்கும் பெருந்தொகைக்கும் கறுப்புப் பணமே பயன்படுத்தப்படுகிறது.

எம்.கே. வேணு என்ற பத்திரிகையாளர் ஒரு செய்தியை வெளி யிட்டிருக்கிறார். அதன் படி என்.ஐ.பி.எஃப்.பி என்னும் அமைப்பு (நேஷனல் இன்ஸ்டிட்யூட் ஆஃப் பப்ளிக் ஃபைனான்ஸ் அண்ட் பாலிஸி) கடந்த ஆண்டு யூபிஏ அரசிடம் ஓர் அறிக்கை அளித்திருக்கிறது. அதில் இந்தியாவின் கறுப்புப் பொருளாதாரம் அதாவது இணைப் பொருளாதாரம் மொத்த உற்பத்தி குறியீட்டில் (ஜிடிபி) 70 சதவிகிதமாக இருப்பதாகவும் அதன் மதிப்பு 1.4 டிரில்லியன் டாலர் (ஒரு டிரில்லியன் லட்சம்கோடி) என்றும் அதில் குறிப்பிடப்பட்டுள்ளது. வெளியிடப் படாத இந்த அறிக்கையில் துறை வாரியாகப் புழங்கும் கறுப்புப் பணம் மதிப்பிடப்பட்டிருக்கிறது. அரசியல் கட்சிகள் இதில் மிகப் பெரிய பங்கை வகிக்கின்றன. இந்தக் காரணத்தால்தான் அந்த அறிக்கை இன்னும் வெளியிடப்படவில்லை என்கிறார் அந்தப் பத்திரிகையாளர்.

சீனிவாச ஜெயின் என்ற ஊடகவியலாளர் எழுதியிருக்கும் கட்டுரையில் சொல்லப்பட்டிருக்கும் ஒரு விஷயத்தைக் கவனியுங்கள். '2014ல் நடந்த மகாராஷ்டிர மாநிலத் தேர்தல் செய்திகளை டிவியில் காட்டு வதற்காக காங்கிரஸ், பாஜக, சிவ சேனா என பல கட்சியினரையும் சந்தித்தேன். டிவியில் சொல்லாதீர்கள் எனச் சொல்லிவிட்டு எல்லா கட்சிக்காரார்களும் ஒப்புக்கொண்ட ஒரு விஷயம், அவர்கள் வேட் பாளர்கள் 2 கோடி முதல் 4 கோடி வரை தேர்தலில் செலவழிக் கிறார்கள் என்பதுதான். மகாராஷ்டிரா போன்ற பணக்கார மாநிலத்தில் இது மிகக் குறைவு. இவர்கள் 50 சதவிகிதம் குறைத்துச் சொல்கிறார்கள் என்பதை எளிதாகப் புரிந்து கொள்ளலாம்.

'அவர்கள் சொல்வதையே கணக்கில் எடுத்துக் கொண்டு பார்த்தாலும் ஒரு வேட்பாளருக்கு 3 கோடி என வைத்துக் கொண்டால் 4 கட்சிகளின் மொத்த வேட்பாளர்களைக் கொண்டு கணக்கிட்டால் வருவது 3500 கோடி. இது தேர்தல் கமிஷன் அனுமதித்திருக்கும் அளவைவிட 10 மடங்கு அதிகம். இந்தச் செலவுகள் வேட்பாளரால் மட்டும் செய்யப் படுபவை. பேரணிகள், பெரிய தலைவர்களின் கூட்டங்கள், பயணச் செலவுகள் எல்லாம் கட்சியுடையது. அதற்கு உச்ச வரம்புகள் இல்லை.

அதற்கு 500 கோடி என உத்தேச மதிப்பிட்டாலும் 4000 கோடி கறுப்புப் பணம் 2 வாரங்களில் ஒரு மாநிலத் தேர்தலில் செலவழிக்கபடுகிறது. எங்கிருந்து வருகிறது இந்தப் பணம்? யாருடையது?'

கறுப்புப் பணம் அதிகம் செலவழிக்கப்பட்டது 2014 பொதுத்தேர்தலின் போதுதான். அதே சமயம், அந்தத் தேர்தலில் கறுப்புப் பணமும் அதை மீட்பதும்தான் பிரதானமான விஷயமாகப் பேசப்பட்டது.

இப்படி கறுப்பாகவே சேர்க்கப்படும், செலவழிக்கப்படும் பணம் தனிப்பட்ட சிலருக்கும் சில நிறுவனங்களுக்கும் லாபத்தைக் கொடுக் கிறது. ஓரளவுக்குச் சில பொருளாதார நடவடிக்கைகள் உயர உதவுகிறது என்பதும் உண்மைதான். ஆனால் நாடு மிகப் பெரிய இழப்புகளைத் தொடர்ந்து சந்தித்துக்கொண்டிருக்கிறது.

திட்டமிடுதல், பணக் கொள்கை, நிதிக் கொள்கை ஆகியவற்றால் எதிர் பார்த்த இலக்குகளை எட்டமுடிவதில்லை. மக்கள் நலத் திட்டங்களில் திட்டமிடப்பட்டுள்ள இலக்குகளை அடையமுடிவதில்லை. செயற்கை யாகப் பற்றாக்குறை ஏற்படுகிறது. உற்பத்தியைப் பெருக்காத, பொருளாதாரத்தில் நேரடியாக வளர்ச்சியை ஏற்படுத்தாத தங்கம், நிலம் ஆகியவற்றில் பெருமளவில் முதலீடுகள் போய்ச் சேர்கின்றன. அந்நிய நாட்டில் செய்யப்படும் முதலீடால் இந்தியாவில் உற்பத்தியும் வேலை வாய்ப்பும் குறைகின்றது. ஒருபுறம் நமது பணம் வெளிநாட்டில் பெரிய அளவில் பதுக்கப்பட்டிருப்பதாகப் பகிரங்கமாக அறிவிக்கப் படுகிறது. மறுபுறம் பன்னாட்டு நிறுவனங்களை இந்தியாவில் முதலீடு செய்யுமாறு அரசு பல சலுகைகளுடன் அவர்களை வரவேற்கிறது. இந்த மாதிரியான சூழல், சர்வதேச நிதியங்கள் அரசின் கொள்கைகளைக் கட்டுப்படுத்துவதற்கும் வழி ஏற்படுத்திக்கொடுக்கிறது. இந்தக் காரணங்களால் பொருளாதார வளர்ச்சி குறைவதுடன் சமூக ஏற்றத் தாழ்வுகளும் அதிகரிக்கின்றன.

கறுப்புப் பணத்தை உற்பத்தி செய்யும் இயந்திரங்களைச் செம்மையாகக் கையாளும் உரிமையாளர்கள் இவற்றையெல்லாம் உணர்ந்திருக்கிறார் களா என்பது ஆச்சரியப்பட வைக்கும் ஒரு கேள்வி.

உள்நாட்டில் இத்தனை பரவலாக கறுப்புப் பணத்தை உருவாக்கவும் செலவழிக்கவும் வழி வகைகள் இருக்கும்போது ஏன் வெளிநாட்டில் இந்தியக் கறுப்புப் பணம் பதுக்கபடுகிறது ? அதனால் யாருக்கு என்ன லாபம்?

3. கடல் கடந்த கறுப்புப் பணம்

'தேவைகள்தான் கண்டுபிடிப்புகளின் தாய்' என்று சொல்லப் படுவதுண்டு. கணக்கில் காட்டாமல், வரிகள் எதுவும் அரசாங்கத்துக்குச் செலுத்தாமல் அல்லது குற்றங்களின் மூலம் ஈட்டிய பணத்தைப் பாதுகாக்கவேண்டிய கட்டாயத் தேவையினால் பணம் பதுக்கப்படு கிறது. இவ்வாறு பதுக்கப்படும் பணம் வெளிநாடுகளுக்கும் அனுப்பி வைக்கப்படுகிறது. இப்படிச் சேமிப்பை நாட்டைவிட்டு வெளியே மற்றொரு நாட்டுக்கு அனுப்ப வேண்டுமானால் அதற்கு ஒரு வங்கியின் சேவை தேவை. ஆனால் அதில் கட்டுப்பாடுகள் நிறைய இருப்பதால் சுலபத்தில் பணத்தை வெளிநாடுகளுக்கு அனுப்பமுடியாது. அதனால் ஹவாலா என்ற ரகசிய வங்கி முறை உருவானது.

இதை மிக எளிதாகச் சொல்லவேண்டுமானால் ஒரு வங்கியின் உதவி யில்லாமல் இந்திய ரூபாயை ஒரு வெளிநாட்டுப் பணமாக அந்த நாட்டில் அல்லது உலகின் எதாவது ஒரு நாட்டிலிருப்பவர்களுக்கு எளிதாக, பாதுகாப்பாக, விரைவாக தனியார் மூலம் அனுப்பமுடியும். பெற்றுக்கொள்ளவும் முடியும். உலகெங்கும் அந்நியச் செலாவணி கட்டுப்பாடுகள் நிறைந்த நாடுகளில் பரவலாக அமலில் இருக்கும் ஒரு முறை இது. எல்லா நாடுகளிலும் சட்டங்களுக்கு எதிரான குற்றம் இது. ஆனால் இதன் பின்னே இருப்பவர்கள் எந்த நாட்டிலும் அதிகார மையத்துக்கு அருகில் மிக சக்தி வாய்ந்தவர்களாக இருப்பவர்கள். கடந்த 10 ஆண்டுகளில் இவர்களுடைய சாம்ராஜ்ஜிய எல்லைகள் விரிந்து அந்நிய செலாவணி கட்டுப்பாடுகள் இல்லாத நாடுகளிலும் கணக்கில் காட்டமுடியாத பணத்தைச் சேர்த்தவர்களுக்கு அதை வெளி நாடுகளுக்கு மாற்றி அங்குள்ள வங்கிகளில் சேமிக்க உதவுகிறார்கள். அல்லது தீவிரவாதிகளுக்கு ஆயுதம் வாங்க, போதை மருந்து தயாரிப்புக்கு, கடத்தல்காரர்களுக்கு உதவுகிறர்கள் என்பது உலகம் முழுவதும் பேசப்படுகிற ஒரு விஷயம்.

ஒரு வங்கிமூலம் இல்லாமல் தனிப்பட்ட நபரிடம், கொடுக்கப்பட்ட உள்நாட்டுப்பணம் நாட்டைவிட்டு நகரமல் எழுத்துபூர்வமாக எந்த ஆவணமும் இல்லாமல் மற்றொரு நாட்டில் உள்ளூர் பணமாகச் சென்று சேர்ந்துவிடும். கள்ளத்தனமாக நடக்கும் இந்த விஷயத்தில் நாணயமான, நம்பிக்கையான நெட்வொர்க் இயங்கி கொண்டிருப்ப தால் தொழில் செழிப்பாக நடைபெற்றுக்கொண்டிருக்கிறது. உலகின் எல்லா முக்கிய நாகரங்களிலும் இயங்கும் இந்த ரகசிய வங்கிகளுக்கு அலுவலகம், விண்ணப்பம், ரசீது என்று எதுவும் கிடையாது. இருக்கும் ஒரே விஷயம் நம்பிக்கை. எல்லாமே வாய்மொழியால் இயங்குகிறது. ரகசிய அடையாள வார்த்தைகளில், சின்ன துண்டு காதிகங்கள் மூலம் பல கோடிகளுக்கான வர்த்தகம் தினசரி நடைபெறுகிறது. தவறுகள் நிகழ்வதில்லை.

இந்தியாவில் இந்த ரகசிய வங்கி முறை பிறந்தது ராமநாதபுரம் மாவட்டம் கிழக்கரை மற்றும் காயல் பட்டணம் கிராமங்களில். இதேபோல் குஜராத்தில் கச் மாவட்டத்தின் கடலோர கிராமங்களான ஜாம் சாலாயா, ஜாம்கம்பாலியா கிராமங்களிலும் தோன்றியிருக்கிறது. பின்னர் கேரளா கிராமங்களுக்குப் பரவியிருக்கிறது. 1950களிலும் 1960 களிலும் இந்த முறை செயல்பட ஆரம்பித்தது. காரணம் மத்தியக் கிழக்கு நாடுகளில் பணிகளுக்குச் சென்ற தொழிலாளிகள் அதிகம் படிக்காதவர்களாக இருந்ததால் தங்கள் குடும்பத்தினருக்குப் பணம் அனுப்ப எளிதான இந்த முறையைப் பயன்படுத்தினர். தபால் நிலையம், பஸ் வசதிகள் கூட இல்லாத சின்னஞ்சிறிய கிராமங்களில் கூட வீட்டின் கதவைத் தட்டி முகம் அறியாத ஒருவர் உங்கள் உறவினர் அனுப்பிய பணம் இது என கொடுப்பார். அந்த அளவுக்குக் கட்டுகோப்பான நெட்வொர்க் இருக்கும்.

இது சில குடும்ப உறவினர்களாலேயே இயக்கப்பட்டதாலும், தவறு செய்பவர்களுக்குக் கடும் தண்டனை என்பதாலும் மிகச் சீராக இயங்கியது. கிழக்கரை மாடல் என்று அறியப்பட்ட இந்த முறைதான் இந்தியாவின் மற்ற பகுதியினாராலும் கடைப்பிடிக்கப்பட்டது. பாது காப்பாகவும் விரைவாகவும் செயல்பட்டதால் பெரிய வரவேற்பை இது பெற்றது. இந்தத் தொழிலை நடத்தியவர்கள் இதை வெறும் பணப்பரி மாற்றத்திலிருந்து அடுத்த கட்டத்துக்கு எடுத்துச் சென்றார்கள். இத்தகைய பணப் பரிமாற்றங்களுக்கு 15% முதல் 25% கட்டணமாகப் பெற்றுக் கொண்டிருந்தார்கள். அதைவிட அதிக லாபம் கிடைக்கும் ஒரு வழியையும் கண்டுபிடித்தனர். அதுதான் கள்ளக் கடத்தல் தொழில்.

1980களின் இறுதிவரை இருந்த இறக்குமதி கட்டுப்பாடு, அந்நிய செலாவணி தட்டுப்பாடு, மக்களுக்கு வெளிநாட்டு பொருட்களின் மீது

இருந்த மோகம் எல்லாம் இவர்களின் இந்த ஹவாலா தொழிலின் வெற்றிக்குக் களம் அமைத்துக் கொடுத்தன.

அந்த காலகட்டத்தில் வெளிநாடுகளுக்கு பயணம் செய்ய எல்லோருக்கும் அனுமதி இல்லை.அனுமதிக்கப்பட்டவர்கள் கொண்டு செல்ல அதிகாரபூர்வமாக தரப்பட்ட அந்நியச் செலாவணி 8 அமெரிக்க டாலர் மட்டுமே. அதனால் வெளிநாடு செல்லும் பயணிகளுக்குக்கூட இவர்களின் உதவி அவசியத் தேவையாக இருந்தது. இந்தியாவின் பல பகுதிகளிலும் ஹவாலாவை நடத்தும் குழுக்களும் அதன் தலைவர்களும் தோன்றினர். ஹாஜி மஸ்தான், ரஹிம் சூல் போன்ற கடத்தல் மன்னர்களும் அவர்களது நிழல் சாம்ராஜ்ஜியங்களும் தோன்றின.

காலப்போக்கில் இறக்குமதி, அந்நியச் செலாவணி கட்டுப்பாடுகள் தளர்த்தப்பட்டவுடன் இவர்களுடைய அடுத்த தலைமுறை தங்கள் வியாபாரத்தைப் பெரிய லாபங்களுடன் நடத்த தேர்ந்தெடுத்த முறை தீவரவாதிகளுக்கு உதவுவது. விலையுயர்ந்த ஆயதங்கள், ஏன் கப்பல் கூட வாங்க இந்த முறையில் பணப் பரிமாற்றம் நடைபெறத் தொடங்கி விட்டது. நாடுகளுக்கிடையே இருக்கும் அரசியல் பிரச்னைகளால் இவர்களுக்கு ஏதாவது ஒரு பக்கத்திலிருக்கும் நாட்டின் அரசின் ஆசிர்வாதமும் கிடைக்க ஆரம்பித்துவிட்டது. தாவூத் இப்ராஹிம் போன்றவர்கள் தோன்றினர். ஹவாலா தொடர்ந்து வளர்ந்துகொண்டு இருக்கிறது. இந்தியாவில் கறுப்பு பொருளாதாரம் தொடர்ந்து கொண்டிருப்பதற்கும் கறுப்புப் பணம் அதிகரித்துக் கொண்டிருப்பதற்கும் இன்றும் தொடரும் இந்த ஹவாலா முறையும் ஒரு முக்கியக் காரணம்.

கடந்த 50 ஆண்டுகளில் வரிகள் மிகவும் குறைக்கப்பட்டிருக்கின்றன. வரிச்சலுகைகள் மிக அதிகமாகியிருக்கின்றன. அந்நியச் செலாவணி தாராளமாக்கப்பட்டிருக்கிறது. வெளிநாடுகளுக்குப் பணம் அனுப்ப தடைகள் அதிகமில்லை. ஆனாலும் ஹவாலா தொடர்வதன் காரணம் இது இந்தியர்களின் கறுப்புப் பணத்தை வெளிநாடுகளில் எளிதாகப் பதுக்க உதவுகிறது என்பதுதான். ஹவாலா முறை எந்த அளவுக்கு இயங்கிக்கொண்டிருக்கிறது என்பதற்கு ஓர் உதாரணம் ஹஸேன் அலி வழக்கு. இவர் புனே நகரில் பந்தைய குதிரைகள் வைத்திருப்பவர். பிசினஸூம் செய்பவர். வருமான வரி அதிகாரிகள் இவர் வீட்டில் 2007ல் நடத்திய சோதனைகளின் போது இவருக்கு சுவிஸ்நாட்டில் ஸூரிச் நகரிலிருக்கும் யுபிஎஸ் வங்கியில் டெப்பாஸிட்கள் இருப்பது கண்டறியப்பட்டது. எவ்வளவு தெரியமா? 8.04 பில்லியன் அமெரிக்க டாலர். (ஒரு பில்லியன் 100 கோடி). நிச்சயமாக குதிரை பந்தயத்தில் அவ்வளவு வருமானம் வந்திருக்கமுடியாது. அப்படியானால் அவர் செய்வது ஹாவலா. அந்தப் பணம் அவருடையதில்லை, பலருடையது

என்ற சந்தேகம் உறுதியானது. 40,000 கோடி ரூபாய் வருமானத்துக்கு வரி ஏய்ப்பு செய்ததாக வருமான அதிகாரிகள் வழக்குத் தொடர்ந்தனர். ஆனால் வழக்கை மேலே கொண்டுபோகமுடியாமல் அதிகாரிகளின் கைகள் கட்டப்பட்டன.

இதைப்போல கொல்கத்தாவில் தப்ரூய்யா என்ற வியாபாரியும் விசாரிக்கப்பட்டார். அவருக்கு வருமான வரி அலுவலகம் அனுப்பிய நோட்டிஸ் கணக்கில் வராத 20,580 கோடி மதிப்பு பணத்துக்காக. நோட்டிஸ் மட்டுமே அனுப்பப்பட்டு விசாரணை எதுவும் தொடங்க மலிருந்தபோது ஒரு பொதுநல வழக்கு தொடரப்பட்டு உச்ச நீதிமன்றம் தலையிட்டு விசாரணை தொடங்கப்பட்டு இவர்கள் 3 ஆண்டுகளுக்குப் பின் கைது செய்யப்பட்டார்கள். இந்தியாவின் பெரிய தொழிலதிபர்கள், அரசியல்வாதிகள், சர்வதேச ஆயுத விற்பனையாளர்கள் போன்றவர் களுக்காக இவர்கள் செயல்பட்டார்கள் என்பது கண்டறியப்பட்டது.

கண்டுபிடிக்கப்பட்ட 4 ஆண்டுகளுக்குப் பின்னர் ஹஸைனும் அவரது கூட்டாளியும் கைது செய்யபட்டனர். அப்போது நாடளுமன்றத்தில் நிதி அமைச்சர் அவர்களுடைய வங்கி கணக்கில் இருக்கும் பணம் 60,000 டாலர் மட்டுமே என அறிவித்தார். மீதிப் பணம் எல்லாம் எங்கே போயிற்று? இன்னும் கண்டுபிடித்துக்கொண்டிருக்கிறார்கள். 2011க்கு பின்னர் இந்த வழக்கை மீடியா மறந்து விட்டது.

ஹாவாலா மூலம் மட்டுமில்லை, வேறு பல வழிகளிலும் கறுப்புப் பணம் கடல் கடந்து போய்கொண்டிருக்கிறது. சுவிஸ் வங்கிகள் ஓர் உதாரணம் மட்டுமே.

சுவிஸ் வங்கியில் கணக்குத் தொடங்குவதும், கணக்கை முடிப்பதும் மிகவும் எளிது. கணக்கைத் தொடங்குவதற்கு மில்லியன்ராக இருக்க வேண்டிய அவசியம் இல்லை. சுவிஸ் தேசத்தின் பணமான 50,000 பிராங்க் இருந்தால் போதும். தேவையானது எல்லாம் ஒரு உள்ளூர் ஆடிட்டர் அல்லது சட்ட வல்லுநர்களின் உதவி மட்டுமே. ஒரே ஒரு முறை வந்து வங்கி எங்கு உள்ளது என்று தெரிந்துகொள்ளுங்கள். கணக்கைத் தொடங்குவதற்கோ, பண பரிவர்த்தனைகளுக்கோ வாடிக்கையாளர்கள் நேரில் வரவேண்டியதில்லை. இன்டெர்நெட் ஆன்லைன் மூலமாக அனைத்தையும் செய்துகொள்ளலாம். பெயரைக் குறிப்பிடாமல், கணக்கு எண்ணை மட்டுமே சொல்லிப் பண பரிவர்த்தனை செய்துகொள்ளலாம். வங்கியில் மூத்தமேலாளர் போன்ற ஒரு சிலரைத் தவிர, வங்கியில் பணியாற்றும் ஊழியர்கள்கூட கணக்கு வைத்திருப்போர் பற்றிய விவரங்களைத் தெரிந்துகொள்ள முடியாது. அவ்வளவு தூரம் பாதுகாப்பானது.

வங்கி நடைமுறைகள் எளிமையானவை என்று ஸ்விஸ் வங்கிகள் விளம்பரம் செய்கின்றன. சேமிப்புக்கான வட்டி விகிதம் குறைவு. இருந்தாலும் கணக்குகளின் ரகசியத் தன்மைக்காக பெரும் பணக்காரர் களும் வரி ஏய்ப்பு செய்பவர்களும் சுவிஸ் வங்கிகளில் கணக்குகளை வைத்திருக்கிறார்கள். இந்த சுவிஸ் வங்கிகளின் செயல்பாடு குறித்து நடிகர் விக்ரம் நடித்த, கந்தசாமி திரைப்படத்தில் விவரிக்கப் பட்டுள்ளது. பணத்தை வெளிநாட்டுக்குக் கொண்டுபோய் அங்கு சலவை செய்து உள் நாட்டுக்கு வெள்ளைப் பணமாக எப்படிக் கொண்டு வருவது என்பதை ரஜினிகாந்த் நடித்த சிவாஜி படம் தத்ரூப மாகக் காட்டியுள்ளது. ஹவாலா மோசடி செய்வது எப்படி என்பது சூர்யா நடித்த அயன் படத்தில் அற்புதமாகக் காண்பிக்கப்பட்டிருக்கும்.

எனவே, வரி ஏய்ப்பு செய்தவர்களுக்கும் கொள்ளை லாபம் அடித்தவர் களுக்கும் கணக்கில் வராத ஊழல் பணத்தை சேமிப்பவர்களுக்கும் சுவிஸ் வங்கிகள் சொர்க்கம் என்பதைப் புரிந்துகொள்ளவேண்டும். இப்படி சுவிஸ் வங்கியில் சேர்ந்திருக்கும் இந்தியக் கறுப்புப் பணம் எவ்வளவு இருக்கும்?விடை தெரியாத ஒரு கேள்வி இது. முதலில் இதைச் சரியாக கணக்கிட்டு உறுதி செய்யவேண்டும் என்பதைப் பற்றிதான் எல்லோரும் பேசுகிறார்கள். ஆனால் யாராலும் இதனைச் சரியாக மதிப்பிட முடியவில்லை.

சுவிஸ் வங்கிகளில் இந்தியர்கள் ரூ. 25 லட்சம் கோடிக்கு மேல் கறுப்புப் பணம் பதுக்கி இருப்பதாக சிபிஐ இயக்குனர் ஏ.பி.சிங் 2011 பிப்ரவரி மாதம் தகவல் வெளியிட்டிருந்தார். இதனால் பெரும் பரபரப்பு ஏற்பட்டது. ஆனால், ரூ.25 லட்சம் கோடியை இந்தியர்கள் பதுக்கி உள்ளனர் என்பதற்கு ஆதாரம் இல்லை என்று இந்தியாவில் உள்ள சுவிட்சர்லாந்து தூதரகம் மறுப்பு தெரிவித்தது.

2012 மே மாதம் நாடாளுமன்றக் கூட்டத்தொடரின் கடைசி நாளன்று அன்றைய நிதி அமைச்சர் பிரணாப் முகர்ஜி கறுப்புப் பண நிலை குறித்து ஒரு 100 பக்க வெள்ளை அறிக்கையை அதிரடியாகத் தாக்கல் செய்தார். அரசு எடுத்த பல முனை நடவடிக்கை, 5 அம்ச திட்டம் என பல விஷயங் களைப் பேசிய அந்த அறிக்கையின் முன்னுரையில் இவ்வாறு சொல்லப் பட்டிருந்தது. 'நாட்டின் மூன்று முக்கிய உளவு நிறுவனங்கள் எவ்வளவு முயன்றும் எவ்வளவு கறுப்புப் பணம் இருக்கிறது என்பதைக் கண்டு பிடிக்க முடியவில்லை. உத்தேசமாக 2010 வரை 1.5 மில்லியன் டாலர் (9300 கோடிரூபாய்) வெளியேறியிருக்கலாம்.'

தொடர்ந்து ஒரு ஜெர்மானிய வங்கி தங்களிடம் பெரிய அளவில் கணக்கு வைத்திருக்கும் இந்தியர்களின் பெயர்ப் பட்டியலை அரசுக்குத் தந்திருக்கும் செய்தி கசிந்திருந்ததால் அதை நாடாளுமன்றத்தில்

வெளியிடவேண்டும் என்று அன்றைய எதிர்க்கட்சியான பாஜக குரல் எழுப்பியது. ஆனால் வெள்ளை அறிக்கையில் இதுபற்றி அரசு எதுவும் சொல்லவில்லை.

எவ்வளவு இந்தியப் பணம் கறுப்புப் பணமாக வெளிநாட்டில் பதுக்கப் பட்டிருக்கும் என்பதை ஆய்வாளர்கள் பலவகைகளில் கணிக்க முயற்சித்திருக்கிறார்கள். சட்டத்துக்குப் புறம்பாக தங்கள் நாட்டை விட்டு வெளிநாடுகளில் பணத்தைப் பதுக்கி வைப்பது என்பது இந்தியாவுக்கு மட்டும் உரிய விஷயமில்லை. உலகம் முழுவதிலும் நடைபெறும் விஷயம்தான். 1999 முதல் 2007 வரை 162 நாடுகள் இப்படிச் செய்திருக்கின்றன என்கிறது உலக வங்கியின் அறிக்கை. நாடுகளின் மொத்த ஜிடிபியில் 20 முதல் 34% வரை இத்தகைய கணக்கில் வராத பணம் இருக்கிறது. இந்தியாவில் 20 முதல் 23 % வரை. முந்தைய அரசின் வெள்ளை அறிக்கை இந்தப் புள்ளி விவரங்களை மறுக்க வில்லை. இந்த மதிப்பீட்டின்படி பார்த்தால் குறைந்தபட்சம் 40 ஆயிரம் கோடிக்கும் மேல் கறுப்புப் பணம் இருக்கிறது. அதில் எவ்வளவு வெளிநாட்டில் இருக்கிறது என்பதைக் கணக்கிட முடிய வில்லை.

வெளிநாடுகளில் பதுக்கி வைக்கப்பட்டுள்ள இந்தியர்களின் கறுப்புப் பணத்தின் அளவு சுமார் ரூ.120 லட்சம் கோடி என சமீபத்திய ஆய்வு ஒன்றில் கணக்கிடப்பட்டுள்ளது. அசோசம் (தொழில்துறை நிறுவனங் களின் கூட்மைப்பு) நடத்திய ஆய்வில் வெளிநாடுகளில் பதுக்கி வைக்கப்பட்டுள்ள கறுப்புப் பணத்தின் அளவு இந்தியாவின் சராசரி உள்நாட்டு உற்பத்தி மதிப்பைவிட அதிகம் என மதிப்பிடப்பட்டுள்ளது. 2013-14ம் நிதியாண்டில் இந்தியாவின் உள்நாட்டு உற்பத்தி ரூ.114 லட்சம் கோடி ஆகும். இதற்கு முன் தரப்பட்ட கறுப்புப் பண மதிப்பீட்டு அளவு, சமீபத்திய அளவீடுகள் ஆகியவற்றைக் கொண்டு அசோசம் நிறுவனம் வெளிநாடுகளில் இருக்கும் கறுப்புப் பணம் குறித்து ஆய்வு மேற்கொண்டது. இதற்கு முன் அளிக்கப்பட்ட மதிப்பீடுகளின் படி, கறுப்புப் பணத்தின் அளவு 500 பில்லியன் டாலரில் இருந்து 1.4 ட்ரில்லியன் அமெரிக்க டாலராக இருக்கும் என கூறப்படுகிறது(ஒரு பில்லியன் 100கோடி, ஒரு ட்ரில்லியன் 1000கோடி).

ஊழலுக்கு எதிரான இந்தியா இயக்கத்தின்மூலம் பிரபலமான சமூக ஆர்வலர் அரவிந்த் கெஜ்ரிவால் ஒரு பத்திரிகையாளர் சந்திப்பில் தெரி வித்த தகவல் இது. 'சுவிஸ் நாட்டில் ஜெனிவா நகரில் அமைந்துள்ள ஹெச்எஸ்பிசி வங்கியில் 2006-ம் ஆண்டு டிசம்பர் நிலவரப்படி 700 இந்தியர்கள் பணம் குவித்து வைத்துள்ளனர். இதுதொடர்பான விவரங்கள் அடங்கிய சிடியை இந்திய அரசிடம் பிரான்ஸ் வழங்கியது.

கணக்கில் வராத பணத்தை (கறுப்புப் பணத்தை) சட்டவிரோதமான ஹவாலா முறையில் சுவிஸ் வங்கி கணக்கில் கொண்டுபோய் சேர்த் துள்ளனர். இப்படிக் கறுப்புப் பணத்தை சுவிஸ் வங்கியில் பதுக்கியுள்ள 700 பேரின் பட்டியல் மத்திய அரசிடம் உள்ளது. அவர்களுக்கு எதிராக மத்திய அரசு நடவடிக்கை எடுப்பதற்கு பதிலாக, அவர்களை காப்பாற்றிக்கொண்டிருக்கிறது.சுவிஸ் வங்கியில் 700 தனி நபர்கள் ரூ.6 ஆயிரம் கோடி குவித்துள்ளனர். இது 2006-ம் ஆண்டு டிசம்பர் மாத நிலவரம் ஆகும். இந்தப் பட்டியலை காங்கிரஸ் மூத்தத் தலைவர் ஒருவர் எனக்கு வழங்கினார்.'

அரசாங்கம் அதிகாரபூர்வமாக நாடாளுமன்றத்தில் அளித்த வெள்ளை அறிக்கை இதை மறுத்தது. சர்வதேச நிதி ஆணையம், குளோபல் இண்டக்ரிட்டி, அமெரிக்காவின் திங் டாங்க போன்றவற்றின் அறிக்கை தவறான அடிப்படைகளில் அமைந்திருக்கிறது என்றது அரசு வெள்ளை அறிக்கை. அவற்றில் சொல்லப்பட்டிருக்கும் கறுப்புப் பண அளவு தவறானது. சுவிஸ் தேசிய வங்கி அதிகாரபூர்வமாகக் கொடுத்திருக்கும் கணக்கின்படி 2006ல் இந்தியர்களின் கணக்கில் இருந்த பணமான 23,373 கோடி குறைந்து 2010ன் இறுதியில் 9295 கோடிதான் இருக்கிறது. இதை சுவிஸ் நாட்டின் அயலகத் துறை உறுதி செய்திருக்கிறது என்றும் அந்த அறிக்கை குறிப்பிட்டது. ஆனாலும் தேர்தல் காலங்களில் இந்தக் கறுப்புப் பணம் பல லட்சம் கோடிகள் என்றே பிரசாரம் மேற்கொள்ளப்பட்டது. உண்மை நிலை என்ன என்பதை எவராலும் உறுதிப்படுத்த முடியவில்லை.

அருண் குமார் டெல்லி ஜவார்ஹலால் நேரு பல்கலைக்கழகத்தின் பேராசியர். கறுப்புப் பணம் குறித்து ஆராய்ச்சிகள் செய்துகொண்டிருப் பவர். பல புத்தகங்கள் எழுதியிருப்பவர். இவரது கணக்கீடுகளின்படி அரசியல்வாதிகள் சொல்வதுபோல அபரிமிதமான அளவில் சுவிஸ் வங்கிகளில் பணம் இருக்க வாய்ப்பில்லை. 'இந்தியக் கறுப்பு பொருளாதாரத்தில் (இணைப் பொருளாதாரதம்) மொத்த உற்பத்தியில் (ஜிடிபி) 50 சதவிகிதம் இருப்பதாக ஒப்புக்கொள்கிறார்கள். அப்படி யானால் இந்திய ஜிடிபியான 130 லட்சம் கோடியில் பாதியான 65 லட்சம் கோடி கறுப்புப் பணம். இது அனைத்தும் வெளிநாட்டு வங்கி களுக்குப் போக வாய்ப்பில்லை. இதில் ஒரு 10 சதவிகிதம் வெளி நாட்டில் பதுக்கப்பட்டிருக்கலாம். மீதி இந்தியாவிலேயே சுற்றிக் கொண்டிருக்கிறது. இந்த 10 சதவிகிதமான 6.5 லட்சம் கோடி பல வழிகளில் இந்தியாவைவிட்டு வெளியேறினாலும் அனைத்தும் அங்கு பதுக்கப்படுவதில்லை. 30 சதவிகிதத்துக்கு மேல் சுமார் இரண்டு லட்சம் கோடிகள் இந்தியாவுக்குப் பல வழிகளில் திரும்பி வருகிறது.

மீதமுள்ள 4.5 லட்சம் கோடிகளில் எல்லாமே வங்கியில் இருக்காது. அங்குள்ள பாதுகாப்பான சில வழிகள், பயணங்கள், ஆடம்பரச்

செலவுகள் போன்றவற்றில் பயன்படுத்திய பின்னர் இந்த 4.5 லட்சம் கோடியில் 15-20 % வங்கிகளில் பதுக்கப்பட்டிருக்கலாம் என்கிறார் அருண் குமார். இந்திய ரூபாய்களில் 80,000 முதல் 1 லட்சம் கோடி இருக்கலாம் என்றும் மதிப்பிடுகிறார். ஆனால் அவ்வளவும் கறுப்புப் பணமா என்பது சந்தேகமே.

நான்கு அந்தகர்கள் தடவிப் பார்த்து யானை என்பதை உறுதி செய்தாலும் அதன் உண்மையான வடிவத்தை வர்ணிக்கமுடியாமல் கஷ்டப்படுவதைப் போலிருக்கிறது. காரணம் கறுப்புப் பணம் ஒரே இடத்தில் குவிந்திருக்கவில்லை. உதாரணத்துக்கு சுவிஸ் வங்கிகளில் மட்டும் அது சேமிக்கப்பட்டிருக்கவில்லை. பல்வேறு சிறிய, பெரிய நாடுகளில் உள்ள வங்கிகளில் இவை சிதறிக்கிடக்கின்றன. கறுப்புப் பணத்தை ஈர்க்கும் பல கந்தகங்கள் உலகளவில் இருக்கின்றன. ஏன் இந்த நாடுகளில் கறுப்புப் பணம் சேமிக்கப்படுகிறது என்பதைப் புரிந்துகொள்ளவேண்டுமானால் சலவைத் தொழிலை முதலில் தெரிந்துகொள்ளவேண்டும்.

உயிரே போனாலும் சொல்ல மாட்டேன்! கறுப்புப் பணம் முதலீடு செய்யும் வாடிக்கையாளர்கள் பற்றிய ரகசியங்களை சுவிஸ் வங்கி நிர்வாகம் எந்த அளவுக்கு காப்பாற்றுகிறது என்பதை விளக்கும் விதத்தில் ஜெஃப்ரி ஆர்ச்சர் எழுதி இருக்கும் சிறுகதையின் சுருக்கம் இது.

நைஜீரிய நாட்டின் புதிய நிதி அமைச்சர் இக்னாசியஸ் அகர்பி. மிகவும் நேர்மையானவர். ஊழல் அறவே பிடிக்காது. தான் குடும்பத்துடன் செல்லும் பயணங்களுக்குக்கூட அரசுப் பணத்தைத் தொட மாட்டார். தனது சொந்தப் பணத்தை மட்டுமே செலவு செய்பவர். அதிரடி நடவடிக்கைகள் மூலம் அரசியல்வாதிகள், தொழிலதிபர்களின் ஊழலை அம்பலப்படுத்தி குறுகிய காலத்திலேயே மிகவும் பிரபலம் ஆனவர்.

நாட்டின் அதிபருக்கு இவர்மீது நல்ல நம்பிக்கை. சுவிஸ் வங்கியில் தங்கள் நாட்டுப் பணக்காரர்கள் பதுக்கியிருக்கும் பணத்தைக் கண்டுபிடித்து மீட்க இவர்தான் சரியான ஆள் என முடிவு செய்கிறார். அந்தப் பொறுப்பை அவரிடம் ஒப்படைக்கிறார். நைஜீரிய அரசியல்வாதிகளின் கறுப்புப் பணத்தை எப்படியாவது கண்டுபிடிக்கும்படி கூறி அவரை சுவிட்சர்லாந்து அனுப்புகிறார்.

அதிபரின் உத்தரவுப்படி சுவிஸ் வருகிறார் அகர்பி. சம்பந்தப்பட்ட சுவிஸ் வங்கிக்குச் செல்கிறார். கறுப்புப் பணத்தைப் பதுக்கி வைத்திருக்கும் தனது நாட்டவரின் பட்டியலைக் கேட்கிறார். அதெல்லாம் மிகவும் ரகசியமான விஷயம், யார் கேட்டாலும் தர மாட்டோம் என மறுக்கிறார் வங்கி நிர்வாகி.

நைஜீரியா எவ்வளவு ஏழை நாடு என்பது உங்களுக்குத் தெரியும். அங்குள்ள மக்கள் பசி, பட்டினியோடு வாழ்கிறார்கள். அவர்களைச் சுரண்டிக் கொழுத்த பணத்தை அவர்களுக்கே செலவிட உதவுங்கள் என கெஞ்சுகிறார் அமைச்சர் அகர்பி.

அதெல்லாம் உங்கள் பிரச்னை. அதற்கும் எங்களுக்கும் சம்பந்த மில்லை. எங்கள் வாடிக்கையாளர்கள் பற்றிய விவரங்களைத் தரும் வழக்கம் எங்களுக்கு இல்லை. கிளம்புங்கள் என மறுக்கிறார் வங்கி நிர்வாகி. இப்படி எல்லாம் கேட்டால் நீ சரிப்பட்டு வர மாட்டாய் என கோபத்துடன் துப்பாக்கியை எடுத்து நிர்வாகியின் நெற்றிப் பொட்டில் வைக்கிறார் அகர்பி.

தாராளமாகச் சுட்டுக்கொள். நீ சுட்டாலும் நீ கேட்ட ரகசியத் தகவலைத் தரவே மாட்டேன் என உறுதியாகச் சொல்லிவிடுகிறார் வங்கி நிர்வாகி.

அப்படியா என்று சந்தோஷத்துடன் தான் கொண்டு வந்திருந்த சூட்கேஸைத் திறக்கும் அகர்பி, இந்தா இதில் 50 லட்சம் டாலர் இருக்கு. இதை நான் இங்கே முதலீடு செய்றேன் என்கிறார்.

அத்தனை பணமும் யாருக்கும் தெரியாமல் அவர் ஊழலில் சேர்த்தது என்பதைத் தனியாகச் சொல்லவேண்டியதில்லை.

4. சலவை செய்யப்படும் கறுப்புப் பணம்

கறுப்புப் பணம் என்றாலே 'சுவிஸ் நாட்டு வங்கிகள் மட்டுமே நம் நினைவுக்கு உடனடியாக வரும். அங்குள்ள லாக்கர்களில் கட்டுக் கட்டாக டாலர் நோட்டுகள் இருப்பது போலவும் அதை இந்திய அரசாங்கம் மீட்டெடுத்துக் கொண்டுவரவேண்டிய காரியத்தை ஆட்சியாளர்கள் செய்யத்தவறிவிட்டது போலவும் சிலர் மீடியாவில் சித்தரித்து மக்களைக் குழப்பிக்கொண்டிருக்கிறார்கள்.

உண்மையில் சுவிஸ் நாடு மட்டுமில்லை, உலகின் பல சின்ன நாடு களின் வங்கிகள் இத்தகைய பாதுகாப்புகளையும் வசதிகளையும் அளிக் கிறது. இந்தியர்கள் உள்பட பல நாடுகளின் கறுப்புப் பணக்கார்கள் இந்த வசதிகளை பயன்படுத்திக்கொண்டிருக்கிறார்கள். வெளிநாட்டில் உள்ள இந்தியர்களின் கறுப்புப் பணம் எவ்வளவு என்பது எப்படித் தெரியவில்லையோ அதுபோல் எங்கெல்லாம் கறுப்புப் பணம் பரவியிருக்கிறது என்பதும் தெரியவில்லை.

இந்த நாடுகளை கறுப்புப் பணச் சொர்க்கங்கள் (டாக்ஸ் ஹேவன்) என்று மீடியா அழைக்கிறது. ஹேவன் என்ற ஆங்கிலச் சொல்லுக்கு துறை முகம் அல்லது பாதுகாப்பான இடம் எனப் பொருள். உச்சரிப்பு குழப்பத்தால் இது ஹெவன் ஆனது. இந்த நாடுகளைச் சொர்க்கம் என்று மீடியா வர்ணிக்க ஆரம்பித்தது. நாளடைவில் அதுவே நிலைத்து சில ஆங்கிலப் பத்திரிகைகள்கூட வரியில்லாச் சொர்க்கங்கள் என்றே எழுது கின்றன.

டாக்ஸ் ஜஸ்டீஸ் நெட்வொர்க் என்ற அமைப்பு மொத்தம் 73 நாடுகள் இப்படிச் சொர்க்கங்களாக இருக்கின்றன என்கிறது. அவற்றில் மிகப் பெரியவை என்று 10 நாடுகளைச் சொல்லலாம். பெஹ்ரைன், ஜெர்மனி, ஜப்பான், ஜெர்ஸி, சிங்கப்பூர் அமெரிக்கா, ஹாங்காங் லக்ஸம்பர்க், கேமென் தீவுகள் மற்றும் சுவிட்சர்லாந்து. இதில் சில நாடுகளில் ஒரு குறிப்பிட்ட பகுதி அல்லது மாநிலம் மட்டும் அப்படிப்

பட்ட வசதிகளைக் கொண்டதாக இருக்கும். உதராணமாக அமெரிக்காவில் டெலவேர் என்ற குட்டி மாநிலம் ஒரு வரியில்லாச் சொர்க்கம். இதைத்தவிர உலகில் கறுப்புப் பணத்தைப் பதுக்கி வைக்கும் சொர்க்கப்புரிகளாக ஐரோப்பாவைச் சேர்ந்த சில நாடுகள் திகழ்கின்றன. இந்தப் பட்டியலில் மொத்தம் 11 நாடுகள் உள்ளன. இந்நாடுகளில் உள்ள பன்னாட்டு வங்கிகளில் பல்லாயிரம் கோடி கறுப்புப் பணம் பதுக்கப்பட்டுள்ளது. ஆனால் அப் பணத்துக்கு ஒரு சதவிகிதம் மட்டுமே வட்டி வழங்கப்படுகிறது. சில வங்கிகளில் அதுவும்கூட கிடையாது.

கறுப்புப் பணம் அதிகம் பதுக்கப்பட்டுள்ள நாடுகளின் பட்டியலில் முதல் இடத்தில் சுவிட்சர்லாந்து உள்ளது.இந்தச் சின்ன நாட்டின் மொத்த பரப்பளவு 41,285 கி.மீட்டர். மக்கள் தொகை 72,88,010. இதற்கு அடுத்து இந்த 10 மிகச் சிறிய நாடுகள் வரியில்லாச் சொர்க்கங்கள் என்று அழைக்கலாம்.

கிப்ரால்ட்டர்: கிப்ரால்டார் நீரிணைப் பகுதியில் அமைந்துள்ள இந்த நாட்டின் மொத்த பரப்பளவு 6.8 கி.மீட்டர். மக்கள் தொகை 28,875.

மொனாக்கோ: பிரான்ஸ் அருகேயுள்ள மிகச் சிறிய நகர நாடான மொனாக்கோவின் பரப்பளவு 2.02 கி.மீட்டர். மக்கள் தொகை 36,371.

சான் மரினோ: ஐரோப்பாவின் பழமையான குடியரசு நாடு என்றழைக்கப்படும் சான் மரினோவின் பரப்பளவு 61 கி.மீட்டர். மக்கள் தொகை 28,117.

லீச்டென்ஸ்டெய்ன்: நான்கு புறமும் நிலத்தால் சூழப்பட்டுள்ள லீச்டென்ஸ்டெய்ன் நாட்டின் பரப்பளவு 160 கி.மீட்டர். மக்கள் தொகை 33,987.

குயெர்ன்சி: சிறிய தீவுத் தொகுப்புகளை கொண்ட குயெர்ன்சியின் பரப்பளவு 78 கி.மீட்டர். மக்கள் தொகை 65,573.

மான் தீவு: பிரிட்டன் அருகேயுள்ள மான் தீவின் பரப்பளவு 572 கி.மீட்டர். மக்கள் தொகை 80,058.

அந்தோரா: பிரான்ஸ் அருகே அமைந்துள்ள அந்தோராவின் பரப்பளவு 468 கி.மீட்டர். மக்கள் தொகை 71,822.

ஜெர்ஸி: பிரான்ஸ் அருகே உள்ள ஜெர்ஸி நாட்டின் பரப்பளவு 116 கி.மீட்டர். மக்கள் தொகை 89,300.

லக்சம்பர்க்: மேற்கு ஐரோப்பாவில் உள்ள லக்சம்பர்க்கின் பரப்பளவு 2586 கி.மீட்டர். மக்கள் தொகை 4,39,539.

சைப்ரஸ்: மத்திய தரைக்கடலில் அமைந்துள்ள சைப்ரஸ் மிகச் சிறிய தீவு நாடாகும். இதன் பரப்பளவு 9251 கி.மீட்டர். மக்கள் தொகை 788457.

இந்தக் குட்டி நாடுகளின் மக்கள் தொகையைக் கூட்டினால் மொத்தம் 1 கோடி மக்கள் கூட இருக்கமாட்டார்கள். எவரும் வருமான வரி கட்டுவதில்லை. ஆனால், உலகப் பொருளாதாரத்தின் மூன்றில் ஒரு பங்கு இந்த நாடுகளுக்குச் சொந்தம். இந்த நாடுகளில் எதில் வேண்டு மானலும் இந்தியக் கறுப்புப் பணமும் ஒளிந்திருக்கலாம். அதை அந்த நாடுகளின் அரசாங்கமோ அல்லது பதுக்கியிருப்பவர்களோ சொன்னால் தவிர விவரங்கள் வெளியே தெரியாது.

எப்படித் தோன்றின இந்தச் சொர்க்கங்கள்? நிக்கோலஸ் ஷாக்ஸன் என்ற பொருளாதாரப் பத்திரிகையாளர் எழுதி, சென்ற ஆண்டு வெளி வந்துள்ள 'டிரஷர் ஐலேண்ட்ஸ் - வரியில்லா சொர்க்கங்களும் உலகத்தைக் கொள்ளையிடும் மனிதர்களும்' என்ற நூலில் இந்தக் கடல் கடந்த சொர்க்கங்கள் எப்படி உருவாகின என்பதை விவரித்திருக்கிறார்.

கடல் கடந்த சொர்க்கங்கள் எனப்படுபவை சுயேச்சையான அரசுகள் அல்ல; அவை, அமெரிக்கா, பிரிட்டன் போன்ற உலகின் வல்லரசு களால் கட்டுப்படுத்தப்படும் வலைப்பின்னல்கள் என்று சொல்கிறார் ஷாக்ஸன். இரண்டாம் உலகப் போருக்குப் பின்னர் சரிந்துவிட்ட தனது உலக சாம்ராஜ்ஜியத்தைக் காப்பாற்றிக் கொள்ள இயலாத பிரிட்டன், உலகின் நிதி மூலதனத்தைத் தன்னை நோக்கி ஈர்க்கும் பொருட்டு லண்டன் மாநகரத்தையே உலக கோடீஸ்வரர்களின் பணத்தைப் பாதுகாக்கும் ரகசியச் சுரங்கமாக மாற்றியது என்கிறார் ஷாக்ஸன். பிரிட்டிஷ் அரசின் சட்டங்களுக்கு, குறிப்பாக நிதி மற்றும் வரிகள் தொடர்பான சட்டங்களுக்கு அப்பாற்பட்ட ஒரு தனித் தீவாக, 'சிட்டி ஆஃப் லண்டன்' என்ற நிதி நகரத்தைச் சட்டபூர்வமாக உருவாக்கிய துடன், பிரிட்டனின் காலனியாக இருந்த 14 சிறிய தீவுகளை, இரண்டாம் உலகப் போருக்குப் பின்னர் கடல் கடந்த பிரிட்டிஷ் பகுதிகளாக அறிவித்துக்கொண்டது பிரிட்டன். கேமேன் தீவுகள் உள்ளிட்ட இந்த 14 சொர்க்கத்தீவுகள் கொண்ட வலைப்பின்னல்தான் உலகில் பல நாடுகளின் கறுப்புப் பொருளாதாரத்துக்குக் காரணம்.

இந்தச் சொர்க்கங்களில் வருமானத்துக்கோ முதலீட்டுக்கோ எந்த வரியும் கிடையாது. மற்ற சட்டதிட்டங்களிலும் கடுமை கிடையாது. ஒரு சின்ன அறையிருந்தால் போதும், கம்பெனிகளை பதிவு செய்யலாம். இந்த கம்பெனிகளின் பெயரை தாங்கிய பெயர்பலகை கூட பெரிதாக இருக்காது. அந்த நாட்டின் கம்பெனி சட்டங்களின்படி குறைந்தபட்சம் போர்டுகள் 2 அடி நீளம் 9 அங்குல உயரம் இருந்தால்

போதும். ஒரே கட்டடத்தில் பல கம்பெனிகள் இயங்குவதால் இந்த வசதி. இன்னும் புரியும்படி சொல்வதானால் லெட்டர்பேட் கம்பெனிகள்.

வெறும் 54,000 பேர் மக்கள்தொகை கொண்ட கேமேன் தீவுகளில் பதிவு செய்யப்பட்டிருக்கும் நிறுவனங்களின் எண்ணிக்கை மட்டுமே 80,000. இந்த கம்பெனிகளின் பெயர்களைத் தவிர டைரக்டர்கள், மூலதனம், நிர்வாகிகள் எல்லாமே ரகசியம். சட்டபூர்வமாக காப்பற்றப் படும் ரகசியம். இந்த கம்பெனிகளுக்கு எங்கிருந்து முதலீடு வருகிறது, அதை என்ன செய்கிறார்கள் என்பதைக் கண்காணிக்க எந்த அமைப்பும் கிடையாது.

பல பெரிய வங்கிகள், சின்ன வங்கிகள் எல்லாம் இந்தத் தீவுகளில் இயங்குகின்றன. அவற்றின் நிர்வாகிகள் ‘எங்கிருந்தோ’ கிடைக்கும் கட்டளைகளின்படி இயங்குவார்கள். கணக்கு வைத்திருக்கும் நிறுவனம் உள்ளூர் சட்ட நிறுவனம் ஒன்றுக்கு அதிகாரம் அளித்திருக்கும். அவர்கள்தான் வங்கி நடவடிக்கைகளைக் கவனிப்பார்கள். அந்தச் சட்ட வல்லுநர்கள் கம்பெனி ஊழியர்கள் இல்லை என்பதால் கம்பெனியின் நடவடிக்கைகளுக்குப் பொறுப்பேற்கவேண்டிய அவசியமில்லை. இத்தனை வசதிகள் இருப்பதால் இந்தச் சொர்க்கங்களில் இருக்கும் வங்கிகளில் இருக்கும் கோடிக்கணக்கான பணம் உலகெங்கும் பாய்கிறது. கறுப்புப் பணமாக உலகில் எங்காவது பதுக்கி வைக்கப்பட்டிருக்கும் பணம் முதலில் இங்கு வருகிறது. இங்கிருந்து உலகின் அந்நிய முதலீடுகளை வரவேற்கும் பல நாடுகளுக்கு முதலீடுகள் என்ற போர்வையில் கறுப்புப் பணம் அனுப்பப்படுகிறது. அப்படிப்பட்ட மூதலீடு அந்த நாட்டின் கொள்கைகளின்படி வரவேற்கப்பட்ட ஒரு முதலீடாக இருப்பதால் அது கறுப்பு வண்ணத்தை இழந்து அங்கே வெள்ளைப் பணமாகிவிடுகிறது.

இந்தச் சலவை முறைதான் மணி லாண்டரிங் என அறியப்பட்டிருக் கிறது. 1990களிலிருந்து இந்தியா உள்பட பல நாடுகளில் இது குற்றம் என்று அறிவிக்கப்பட்டிருக்கிறது. ஆனால் அது எந்த விதமான பாதிப்பையும் ஏற்படுத்தவில்லை என்பதுதான் உண்மை. மின்சார சலவை இயந்திரத்தில் போடப்பட்ட அழுக்குத் துணி பளிச்சென்று சுத்தமாவதைப்போல இந்தக் கறுப்புப் பணச் சலவை தொடர்ந்து கொண்டிருக்கிறது. நவீனத் தொழில்நுட்ப வசதிகளின் உதவியுடன் சில நிமிடங்களிலேயே இது நடந்து முடிந்துவிடுகிறது. எங்கிருந்தோ இந்த பெயர்ப்பலகை கம்பெனியின் வங்கிக்கணக்குக்கு வரும் கறுப்புப் பணம் சில மணி நேரங்களில் உலகின் மற்றொரு நாட்டுக்கு அந்த நிறுவனத்தின் அல்லது வேறு ஒரு நாட்டிலிருக்கும் கம்பெனியின்

சார்பாக அந்நிய முதலீடாக மாறி, அப்படிப்பட்ட முதலீடுகளை வரவேற்கும் நாடுகளின் வங்கிகளுக்கு வினாடிகளில் மாற்றப்படுகிறது.

'டாக்ஸ் ஜஸ்டிஸ் நெட்வொர்க்' என்ற சர்வதேச தன்னார்வ அமைப்பு 2009 நவம்பரில் ஒரு பட்டியலை வெளியிட்டுள்ளது. பன்னாட்டு கார்ப்பரேட் நிறுவனங்களும் நிதி நிறுவனங்களும் கோரும் நிதித்துறை ரகசியங்களைக்காப்பதில் உலகத்திலேயே லண்டன் ஐந்தாவது இடத்தில் இருக்கிறது. நான்காவது இடம் கேமேன் தீவு, மூன்றாவது இடம் சுவிஸ், இரண்டாவது இடம் லக்சம்பர்க், முதல் இடம் அமெரிக்கா. அமெரிக்காவிலிருக்கும் டெலவேர் என்ற மாநிலத்தில் இருக்கும் 1209, வடக்கு ஆரஞ்சு தெரு, வில்மிங்டன் என்ற முகவரியில் அமெரிக்கன் ஏர்லைன்ஸ், கோகோ கோலா, ஃபோர்ட், ஜெனரல் மோட்டார்ஸ், கென்டகி சிக்கன், கூகிள், டாயிஷ் வங்கி உள்ளிட்ட 2,17,000 நிறுவனங்கள் பதிவு செய்யப்பட்டிருக்கின்றன. இவற்றில் பல ஃபார்ச்சூன் 500 கம்பெனிகள்.

கறுப்புப் பணம் என்பது வரி ஏய்ப்பு, லஞ்ச ஊழல் உள்ளிட்ட சட்டவிரோத நடவடிக்கைகளின்மூலம் மட்டுமே திரட்டப்படுவதில்லை.

ஆனால் அப்படித்தான் பெரும்பாலும் சித்தரிக்கப்படுகிறது. ஆனால் சட்டபூர்வமானவை என்று அங்கீகரிக்கப்படும் வணிகப் பரிவர்த்தனைகளுக்கு உள்ளேயும் கறுப்புப் பணத்தின் பெரும்பகுதி ஒளிந்துகொண்டிருக்கிறது என்பதே உண்மை. 1990களில் உலகெங்கும் புதிய பொருளாதார அலை எழுந்தது. எல்லைகள் இல்லா உலகம், உலகமே ஒரு கிராமம் என்ற அளவில் வளர்ச்சி அடைந்த நாடுகள் மிகபெரிய அளவில் அந்நிய நாட்டு மூலதனங்களை வரவேற்றன. வளர்ந்த நாடுகளில் இருக்கும் முதலீட்டார்களை வரவேற்பதற்காக தொடங்கப்பட்ட இந்த வாய்ப்பை அவர்களைவிட மிக அருமையாக பயன்படுத்திக் கொண்டவர்கள் கறுப்புப் பணத்தைச் சொர்க்கங்களில் பதுக்கியவர்கள்தான்.கறுப்புப் பணம் ஒளிந்திருக்கும் இடங்களாக இருந்த வரியில்லா சொர்க்கத் தீவுகள் சர்வதேச வர்த்தகத்தின் முக்கியமான வழித்தடங்களாகிவிட்டன.

2009 ஆம் ஆண்டில் இந்தியாவில் செய்யப்பட்ட அந்நிய நேரடி முதலீடுகளில் 21% மொரிஷியஸ், கேமென் தீவுகள் போன்ற வரியில்லா சொர்க்கங்களின்மூலம் வந்து சேர்ந்தவை. இந்தப் பணம் இந்திய கார்ப்பரேட்டுகளால் முடக்கப்பட்டு வைத்திருந்த கறுப்புப் பணம். இதுவே சலவை செய்யப்பட்டு அந்நிய முதலீடாக அவதாரமெடுத்து இந்தியாவுக்கு வந்துவிட்டது.

ஆனால் உலகம் இந்தியாவில் முதலீடு செய்ய ஆரம்பித்தவிட்டது என்று இந்தியா சொல்லிக்கொண்டது. புதிய பொருளாதார கொள்கை களுக்குக் கிடைத்த வெற்றி என்றும் பெருமையுடன் அறிவித்தது.

ஐஎஸ் ஐடி என்ற ஆய்வுக்கழகத்தின் அறிக்கை குறிப்பிடும் செய்தி இது. முன்னணி பொருளாதாரத்துறை பேராசியர் சலபதி ராவ் மற்றும் பேராசிரியர் பிஸ்வஜித் தர் இருவரும் தயாரித்த அறிக்கை இது. அந்நிய முதலீட்டு நிறுவனங்களின் மூலம் (எஃப்ஐஐ) இந்தியப் பங்குச்சந்தைக் குள் நுழைந்த கோடிக்கணக்கான டாலரில் இந்தியக் கறுப்புப் பணம் ஒளிந்துகொண்டிருக்கிறது என்று இவர்கள் சொல்கிறார்கள்.

இதை உறுதி செய்வதைப்போல அமைந்திருந்தது அன்றைய நிதி அமைச்சர் நாடாளுமன்றத்தில் சமர்ப்பித்த வெள்ளை அறிக்கை. ‘இந்தியாவுக்கு வெளியே அனுப்பப்பட்ட சட்டவிரோத (கறுப்பு) பணத்தின் கணிசமான பகுதி, ஹவாலா, வரியில்லா நாடுகள் மூலமான அந்நிய நேரடி முதலீடு, இந்திய கம்பெனிகளுக்கான பன்னாட்டு முதலீட்டு வரவுகள் (ஜிடிஆர்), பார்ட்டிசிபேட்டரி நோட்டுகள் ஆகிய வடிவங்களில் மீண்டும் இந்தியாவுக்குள்ளேயே நுழைந்திருப்பது சாத்தியம்’ என்று கூறுகிறது அந்த வெள்ளை அறிக்கை.

அக்டோபர் 2011ல் கோடக் செக்யூரிட்டீஸ் நிறுவனத்தைச் சேர்ந்த சஞ்சிவ் பிரசாத், சுனிதா பல்தாவா, அமித்குமார் ஆகியோர் ஓர் அதிர்ச்சி யூட்டும் செய்தியை வெளியிட்டனர். இந்தியாவில் ஆட்டோமொபைல் உள்ளிட்ட பொறியியல் துறைப் பொருள்களின் ஏற்றுமதி 2009-10ல் 38 பில்லியன் டாலர். ராக 2010-11இல் இது 68 பில்லியன் டாலராக உயர்ந்திருந்தது. ஆனால் மும்பை பங்குச்சந்தையில் பட்டிய லிடப்பட்டுள்ள இந்தியாவின் முன்னணி ஆட்டோமொபைல் மற்றும் எஞ்சினியரிங் நிறுவனங்களின் ஆண்டறிக்கைகளைப் பரிசீலித்துப் பார்த்தபோது, அதில் காட்டப்பட்டிருந்த மொத்த ஏற்றுமதி வெறும் 1.38 பில்லியன் டாலர் மட்டுமே அதிகரித்திருந்தது. அப்படியானால் எஞ்சிய 28.62 பில்லியன் டாலர் எப்படி வந்தது?அதேபோல, 2009-10இல் 8500 கோடி ரூபாய்க்கு நடந்த செம்பு ஏற்றுமதி, 2010-11இல் 36,700 கோடி ரூபாயாக உயர்ந்திருந்தது. செம்பு இறக்குமதி செய்யும் நாடான இந்தியாவிலிருந்து இவ்வளவு செம்பு எப்படி ஏற்றுமதியாக முடியும்?

2010-11இல் அந்நிய நிதி நிறுவனங்கள் மூலம் இந்தியாவுக்குள் வந்த தொகை 22 பில்லியன் டாலர். ஆனால் சர்வதேச நிதி நிறுவனங்களின் முதலீடுகள் குறித்து உலகளவிலான புள்ளிவிவரங்களைப் பராமரிக்கும் நிறுவனமான இ.பி.எஃப்.ஆர் (எமர்ஜிங் போர்ட்ஃபோலியோ

ஃபண்ட் ரிஸர்ச்) போன்ற நிறுவனங்கள் திரட்டியிருந்த விவரங்களின் படி, 2010-11இல் இந்தியாவில் செய்யப்பட்ட அந்நிய நிதி நிறுவன முதலீடு வெறும் 4.5 பில்லியன் டாலர் மட்டுமே. மீதமுள்ள 17.5 பில்லியன் டாலர் எங்கிருந்து வந்தது?

அக்டோபர் 21, 2011 அன்று எகனாமிக் டைம்ஸ் நாளேடு 'புதிர்' என்ற தலைப்பில் ஒரு செய்தி வெளியிட்டது. 2008-இல் 22 லட்சம் டாலராக இருந்த பஹாமா தீவுக்கான இந்தியாவின் ஏற்றுமதி, 2010-இல் 280 கோடி டாலராகத் திடீரென்று உயர்ந்திருப்பதைக் காட்டி இதெப்படி சாத்தியம் என்ற கேள்வியை எழுப்பியிருந்தது அந்தக் கட்டுரை. இந்தப் புதிருக்கான விடை சில நாள்களுக்குப் பின்னர் பிசினஸ் ஸ்டாண்டர்ட் ஏட்டில் வெளியானது. ரிலையன்ஸ் மற்றும் எஸ்ஸார் நிறுவனங்கள் பஹாமா தீவுகளுக்கு பெட்ரோல் ஏற்றுமதி செய்ததாகக் கணக்கு காட்டியிருந்தனர். வெறும் 3.5 லட்சம் மக்கள் தொகை கொண்ட அந்தத் தீவில் உள்ளவர்கள் பெட்ரோலில் குளித்து, தாகத்துக்கும் பெட்ரோலையே குடித்திருந்தாலும்கூட அவ்வளவு பெட்ரோலைப் பயன்படுத்த முடியாது என்பதால், இது கறுப்பை வெள்ளையாக்கும் கள்ளக்கணக்கு என்பது தெரிந்தது.

கோடக் மகிந்திரா நிறுவனத்தின் ஆய்வாளர்கள் கூறுகின்ற விவரங் களின்படியே, 2010-11இல் மட்டும் அந்நியச் செலாவணி வரவு என்ற பெயரிலும், அந்நிய மூலதனம் என்ற பெயரிலும் சுமார் 2 லட்சம் கோடி ரூபாய் டாலர் இந்தியாவுக்குள் நுழைந்திருக்கிறது. ஆனால் அந்த அளவு உண்மையாக வெளிநாட்டு நிறுவனங்களால் முதலீடு செய்யப் படவில்லை. இதில் பெரும்பகுதி இந்தியக் கறுப்புப் பணம்தான் என்கிறார்கள். இதற்கு இவர்கள் சந்தேகப்பட காரணமாக கர்நாடக லோகாய்த்தா வின் அறிக்கையைச் சுட்டிகாட்டுகிறார்கள். ஒவ்வொரு ஏற்றுமதியின் விவரங்களையும் அதற்காக இந்தியா ஈட்டும் அந்நியச் செலாவணியையும் ரிசர்வ் வங்கி கண்காணிக்கிறது. பெல்லாரி ரெட்டி சகோதரர்கள் 2006 முதல் 2010 வரை மொத்தம் 5000 முறை வெளிநாடு களுக்கு இரும்புத்தாது ஏற்றுமதி செய்துள்ளதாக சுங்கத்துறையின் கணக்கு கூறுகிறது. இவற்றில் 1000 ஏற்றுமதிகளுக்கான வங்கிக் கணக்குகள் மட்டுமே ரிசர்வ் வங்கியிடம் உள்ளன.

மீதமுள்ள 4000 ஏற்றுமதிகளில் நடந்திருப்பது என்ன? கறுப்புப் பணம் உருவாக்கப்பட்டிருக்கிறதா அல்லது கறுப்பு வெள்ளையாக மாற்றப் பட்டிருக்கிறதா?

இது போல பெட்ரோல், ஆட்டோமொபைல், உலோகங்கள் போன்ற வற்றை ஏற்றுமதி செய்யாமலேயே, செய்ததாகக் கணக்குக்காட்டி, வெளிநாட்டு வங்கிகளில் இருக்கும் தங்களுடைய கறுப்புப்

பணத்தையே டாலராக அனுப்பி வைத்து, அந்நியச் செலாவணி வரவாக கணக்குக் காட்டியிருக்கின்றனர் என்று இந்த 2 லட்சம் கோடி குறித்த தமது ஐயங்களை அவர்கள் எழுதியிருக்கின்றனர்.

இந்தியாவின் மிகப்பெரிய இறக்குமதி நிலக்கரி. 2012-14ல் இந்தோனேஷியாவில் இருந்து 12 கோடி மெட்ரிக் டன் நிலக்கரி வாங்கப்பட்டிருக்கிறது. இந்தோனேஷியாவிலிருந்து வாங்கப்பட்டாலும் இந்தச் சுரங்கங்களின் ஏஜெண்ட்கள் என்ற பெயரில் ஹாங்காங், சிங்கப்பூர் போன்ற இடங்களிருந்துதான் பில், இன்வாய்ஸ் போன்ற ஆவணங்கள் அனுப்பப்பட்டு அவர்களுக்குப் பணம் செலுத்தப்படும். நிலக்கரியின் விலை சுரங்கங்கள் விற்கும் விலையைவிட இருமடங்கு அளவில் இந்த ஏஜெண்ட்டுகளால் பில் செய்யப்படும். இந்த இடைத் தரகர்கள் உண்மையான விலையைச் சுரங்க ங்களுக்குச் செலுத்திவிட்டு மீதியை இந்திய இறக்குமதியாளர்கள் சொல்லும் வரியில்லா சொர்க்கங் களில் இருக்கும் கணக்குகளுக்கு அனுப்பிவிடுவார்கள். 80 நிறு வனங்கள் இதுபோல் 2011-14 வரை 29,000 கோடி கறுப்புப் பணமாக வெளியேற்றியிருக்கிறது என்கிறது வருமான வரித்துறையினரின் புலானய்வுத்துறை. வரும் நாட்களில் வழக்குகள் பதிவு செய்யப் படலாம். கறுப்புத் தங்கத்தை மட்டும் பயன்படுத்தி சலவைகள் நடப்பதில்லை. உண்மையான தங்கத்தின்மூலம் உள்நாட்டிலேயே செய்யப்படுகிறது.

உள்நாட்டில் கறுப்புப் பணம் எவ்வாறு சலவை செய்யப்படுகிறது என்று பார்ப்போம்.

வெளிநாட்டில் கறுப்புப் பணத்தைச் சலவை செய்து இந்தியாவுக்குக் கொண்டு வருவது ஒருவகை என்றால் இங்கேயே அந்தச் சலவையைச் செய்துமுடிப்பது இராண்டாவது வகை. அதற்கான வழிகள் இப்போது அதிகரித்துக் கொண்டிருக்கின்றன. உலகிலேயே தனியார் தங்கத்தில் மூதலீடு செய்வது இந்தியாவில்தான் அதிகம்.

உலக தங்க கவுன்சிலின் அறிக்கையின்படி இந்தியாவில் 558 டன் தங்கம் இருக்கிறது. ஆனால் உணமையில் இருப்பது இதைவிட பல மடங்கு என்பது வெளியாகும் செய்திகள் மூலம் உறுதியாகிறது. 2014 டிசம்பரில் வெளியான செய்திகளின்படி கேரள மாநிலத்தில் இயங்கும் மூன்று நிதி நிறுவனங்களில் மட்டும் இருக்கும் தங்கம் 200 டன். இது சிங்கப்பூர், ஸ்வீடன், ஆஸ்திரேலியா போன்ற நாடுகள் வைத்திருக்கும் தங்க இருப்புகளைவிட அதிகம். (சிங்கப்பூர் 126 டன். ஸ்வீடன் 120. ஆஸ்திரேலியா 80 டன்). இப்படிப்பட்ட நிதி நிறுவனங்கள் பல மாநிலங்களில் இயங்குகின்றன.

இவர்களிடம் இருக்கும் தங்கம் இந்த நிறுவனங்களிடம் தனி நபர், சிறு நிறுவனங்களால் கடனுக்கு ஈடாக (அடகாக) வைக்கப்பட்டிருக்கிறது. அதன் மேல் எழுப்பப்பட்டிருக்கும் கடன்கள்மூலம் மேலும் தங்கம் வாங்கப்படுகிறது. சுழற்சிமுறையில் மீண்டும் மீண்டும் தங்கத்தில் முதலீடு செய்யப்படுகிறது. உச்சகட்ட விலை வரும்போது அடகில் இருக்கும் தங்கம் விற்கப்பட்டு கடன்கள் தீர்க்கப்படுகின்றன. இதில் தங்கம் வாங்கும் போதும், கடன் திருப்பிச்செலுத்தும்போதும் ரொக்கப் பணமாகவே செலுத்தப்படுகிறது. பெரும்பாலான விற்பனைகளுக்கு பில், ரசீது எதுவும் பெறப்படுவதில்லை. இம்முறையில் இந்தியா விலேயே ஆண்டுக்கு 1000 கோடி சலவை செய்யப்படுவதாக ஒரு தனியார் ஆய்வறிக்கை சொல்கிறது.

உள்நாட்டுக் கறுப்புப் பணச்சலவை நடைபெறும் மற்றொரு முக்கிய இடம் இந்திய பங்குச்சந்தை. ஒரு லெட்டர் பேட் நிறுவனம் தொடங்கப்பட்டு அது பங்குகளைச் சந்தையில் வெளியிடும். அதை சற்றே கூடுதல் விலைக்கு அறிமுகப்படுத்தும். 10 ரூபாய் விலை மதிப்புள்ள பங்குகள் பிரிமியத்துடன் 15 ருபாய்க்கு விற்கப்படும். பங்குகள் சந்தைக்கு வரும்போது முன்னுரிமை பங்குகள் என்ற அடிப்படையில் குறிப்பிட்ட அளவு சிலருக்கு ஒதுக்கப்படும். இவர்கள் சாதாரண முதலீட்டாளர்கள் போல மனு செய்யவேண்டாம். நிச்சயமான ஒதுக்கீடு என்ற முறையில் விற்கப்படும்.

15 ரூபாய் விலையில் வாங்கப்பட்ட 10,000 பங்குகள் வைத்திருக்கும் ஒருவர் செயற்கையாக ஏற்றப்பட்ட அந்தப் பங்குகளின் விலை 150 ரூபாயைத் தொடும்போது விற்றுவிடுவார். முதலீடு 1.5 லட்சம். விற்றது 15 லட்சம். இம்மாதிரி விற்பனை 15 மாதங்களுக்குள் நடைபெற்றால் லாபத்துக்கு முதலீட்டு உயர்வு (காபிடல் கெயின்ஸ்) வரி கட்டவேண்டாம் என்பது வருமானவரிச் சட்டம். இதனால் 15 மாதங்களுக்குள் சலவையை முடித்துவிட்டு வரி கட்டாமல் பணம் வெள்ளையாகிவிடுகிறது. இந்தச் செயற்கை விலை ஏற்றம், விற்பனை எல்லாம் செய்ய உதவிய அந்த லெட்டர்பேட் கம்பெனிக்கு 7 முதல் 8% வரை கமிஷன் தரப்படுகிறது.

2014ல் உச்ச நீதிமன்ற சிறப்புப் புலனாய்வுக் குழுவினர் இதை செபியின் (பங்குச்சந்தை நிர்வாகம்) கவனத்துக்குக் கொண்டுவந்திருக்கிறது. (அதுவரை தெரியாதது ஆச்சரியம்). செபியின் இயக்குனர் இது போல் 300 புது நிறுவனங்களின் பங்குகளை வெளியிட்டு வரி ஏய்ப்பு செய்திருந்த 4 பங்குச்சந்தை தரகு நிறுவனங்களைத் தடை செய்திருந்தார். வரும் நாட்களில் இது ஆயிரக்கணக்கான கோடிகளில் மிகப்

பெரிய ஊழலாக வெடிக்கப்போகிறது என்று எழுதியிருக்கிறது டைம்ஸ் ஆஃப் இந்தியா, மும்பை.

வரியில்லா சொர்க்கங்கள் என்று பல குட்டி நாடுகள் இருந்தபோதிலும் சுவிஸ் நாட்டில் இருக்கும் கறுப்புப் பணம் பற்றித்தான் உலகம் முழுவதும் பேசப்படுகிறது. அப்படியென்ன இருக்கிறது அந்த நாட்டில்?

5. சுவிட்சர்லாந்தும் கறுப்புப் பணமும்

உலகின் அழகான நாடுகளில் சுவிட்சர்லாந்தும் ஒன்று. வருடத்தில் 8 மாதம் வெண்பனி மலைச் சிகரங்களால் சூழப்பட்டிருக்கும் இந்த ஐரோப்பிய மலைப்பகுதியான சின்னஞ்சிறிய நாட்டின் பத்து சதவிகிதம் நிலப்பகுதிகள் மட்டுமே விவசாயம் செய்வதற்கு உகந்தது. சுமார் 8 கோடிக்கும் குறைவான மக்களே வசிக்கும் இந்த நாட்டில் சில இயந்திரங்கள், நுண்ணிய இயந்திரப் பகுதிகள், கைக்கடிகாரங்கள், ஆடைகள் போன்றவை சிறிய அளவில் உற்பத்தி செய்யப்படுகின்றன. உணவுப் பொருள்கள், பெட்ரோல், மின்சாரம் உள்பட எல்லா அடிப் படைத் தேவைகளும் இறக்குமதி செய்யப்படுகின்றன. நிதிச் சேவை களும் சுற்றுலாவும்தான் நாட்டுக்கு வருமானம் ஈட்டித் தருகின்றன. நாட்டின் உழைக்கும் வர்க்கத்தில் 44 சதவிகிதம் பேர் பெண்கள். தேசத்தின் மொத்தத் தொழிலாளர்களில் 71 சதவிகிதத்தினர் வங்கித் தொழிலில் ஈடுபட்டிருப்பவர்கள். 1.5 சதகிகிதம் பேர் மட்டுமே விவசாயம் செய்கிறார்கள்.

நாட்டின் தனிமனித சராசரி வருமானம் 54,600 அமெரிக்க டாலர். ஒரு தொழிலாளியின் குறைந்தபட்ச ஊதியம் மணிக்கு 22 டாலர். பணவீக்கம் பல ஆண்டுகளாக 0.07% என்ற நிலையிலே இருக்கிறது. உலகின் முதலீட்டுக்கு மிகப் பாதுகாப்பானது என்ற ட்ரிபிள் ஏ சான்று பெற்ற மியூச்சுவல் பெனிஃபிட் கம்பெனிகளில் 28 சதவிகிதத்துக்கு மேல் இங்கிருக்கிறது. வங்கித் தொழில் சுவிஸ் நாட்டின் தேசியத் தொழில் போல இயங்குகிறது. இந்த வங்கிகளில் அந்நிய நாட்டினரின் கணக்குகள் சேவிங்ஸ், கரண்ட் அக்கவுண்ட் என்று கணக்குப் பிரிவுகள் எல்லாம் கிடையாது.

குறிப்பிட்ட அளவுக்கு மேல் ஏற்றுக்கொள்ளப்படும் பணமெல்லாம் வெல்த் மேனேஜ்மெண்ட் அதாவது சொத்து நிர்வாகம் என்ற வகையில் ஏற்கப்படுகின்றன. சில வங்கிகளில் ஒன்று அல்லது ஒன்றரை சதவிகித வட்டி. சில வங்கிகளில் அதுவும் கிடையாது. எல்லா வங்கிகளிலும்

பணத்தைப் பாதுகாக்க கட்டணம் உண்டு. இந்தக் கட்டணங்கள் ஒரே மாதிரியானது இல்லை. இதுதான் வங்கிகளின் பிரதான வருமானம். வங்கியிலிருக்கும் பணத்துக்கு அவர்கள் மத்திய வங்கிக்குச் செலுத்தும் ரிசர்வ் தொகை ஆண்டுதோறும் அதிகரிக்கிறது. வங்கியின் மொத்த இருப்பு நாட்டின் செல்வமாக மதிப்பிடப்படுவதால் உலக அரங்கில் சுவிஸ் நாடு பண வலிமை மிகுந்த நாடாக மதிக்கப்படுகிறது.

சுவிஸ் நாடு ஐரோப்பாவின் நடுவில் இருந்தாலும் அது ஐரோப்பிய யூனியனில் இல்லை. ஐக்கிய நாடுகளின் சபையிலும் உறுப்பினர் இல்லை. இரண்டாம் உலகப் போரின்போதும் எந்த அணியுடனும் சேராமல் நடுநிலை வகித்தது. ஜெர்மனி, இங்கிலாந்து இரண்டு நாடுகளுக்கும் ஆயுதம் விற்றிருக்கிறது. அசையாத பாறையைப் போல தன் நடுநிலையைத் தொடர்ந்து நிலைநாட்டியதால், முதலீடுகளுக்கு நமபிக்கையான இடம் என்ற பெயரைப் பெற்றிருந்தது.

இதனால் உலகின் பல பகுதிகளிலிருந்தும் யுத்த காலத்தில் பலர் தங்கள் சேமிப்புகளைப் பாதுகாப்புக் காரணங்களுக்காக சுவிஸ் வங்கிகளில் கொண்டுவந்து குவிக்கத் தொடங்கினார்கள். வருமானத்தை அதிகரிக்க சுவிஸ் நாடு வங்கிகளுக்கான சில சிறப்பான சட்டங்களை இயற்றியது. சுவிஸ் சட்டப்படி வங்கி கணக்குகள் பற்றிய விவரங்கள் ரகசியமாக வைக்கப்படும். வெளியில் யாரிடமும் இது பற்றி தெரிவிக்கப்படாது. இதற்காகவே 1934 ஆம் ஆண்டு சிறப்புச் சட்டம் இயற்றப்பட்டுள்ளது. 13 எஃப்சி என்ற இச்சட்டப்படி வாடிக்கையாளரின் கணக்கு பற்றிய விவரங்களின் ரகசியத்தைப் பாதுகாக்கத் தவறிய வங்கியினருக்குக் கடுமையான ஜெயில் தண்டனை வழங்கப்படும்.

வாடிக்கையாளர் சேமிக்கும் பணத்தின் நதிமூலம், ரிஷிமூலம் பார்க்கப் படுவதில்லை. பிற நாடுகளில் ட்டத்துக்குப் புறம்பான பணமாக இருந் தாலும் சுவிஸ் வந்துவிட்டால் அது குற்றப்பணமாக இருக்காது. பணத்தின்மீது படிந்திருக்கும் கறை அகற்றப்பட்டுவிடும். ஆனால் இப்படிப்பட்ட வசதிகளை அளிப்பதன்மூலம் சுவிஸ் நாட்டுக்கு உலகின் ஏமாற்றுக்காரர்களின் புகலிடம் என்ற அவப்பெயர் வந்து விடக்கூடாது என்பதை அவர்கள் சட்டத்தின் பிரிவு ஒன்று உறுதி செய்கிறது. அதன்படி சுவிஸ் வங்கியில் கணக்கு வைத்திருப்பவர்கள் எவேரேனும் கடுமையான கிரிமினல் குற்றவாளி என சுவிஸ் நீதிபதி ஒருவர் தீர்ப்பளித்தால் மட்டுமே வங்கிக் கணக்குகள் விவரம் வெளியிடப்படும். ஆனால் இதுவரை இந்தச் சட்டப் பிரிவு பயன் படுத்தபடவே இல்லை.

அப்படியானல் 2014 இறுதியில் சுவிஸ் நாட்டு வங்கிக் கணக்கு விவரங்கள் வெளிவந்ததாகச் சொல்லப்பட்டது எப்படி? இது எப்படிச் சாத்தியமாயிற்று?

பிரச்னைகளும் குழப்பங்களும் தாமாகவே முடிவைத் தேடிக் கொள்ளும் என்ற சித்தாந்தத்தின்படி அமெரிக்காவில் எழுந்த பிரச்னை இதில் ஒரு தீர்வு ஏற்பட உதவி செய்தது. 2011 ஆம் ஆண்டு இறுதியில் மிக மிகப் பாதுகாப்பான, ரகசியமாகக் கருதபட்ட சுவிஸ் வங்கிக் கணக்கு விவரங்களை கம்ப்யூட்டரில் இருந்து திருடிய கில்லாடிகள் இரண்டுபேர் அதை வெளியிடப்போவதாக பயமுறுத்திக்கொண்டிருந் தனர். அமெரிக்க உளவு அமைப்புகள் இதை அறிந்து ஆராயத் தொடங் கினர். சில நாடுகள் பணம் கொடுத்து அதை வாங்கவும் முற்பட்டன. ஒரு ஐரோப்பிய நாடு (அது ஜெர்மனி என்பது பின்னால் வெளியான தகவல்) சுவிஸ் கணக்குள்ள நிறுவனங்கள் தங்கள் நாட்டில் வரி ஏய்ப்பை செய்திருப்பதைக் கண்டுபிடித்தது. தொடர் விளைவாக சில நாடுகள் தங்களுக்குக் கிடைத்த விவரங்களைப் பிற நாடுகளுடன் பகிர்ந்து கொண்டன. இந்தியாவுக்கு விவரங்கள் கிடைத்தது இந்த வகையில்தான்.

2008ல் அமெரிக்காவில் எழுந்த பொருளாதாரச் சிக்கலுக்கு நாட்டை விட்டு கணக்கு காட்டாமல் அனுப்பப்பட்ட பெருமளவு பணமும் ஒரு காரணம். அதன் ஆணிவேரை ஆராய்ந்ததில் அமெரிக்காவில் இயங்கும் இரண்டு பெரிய சுவிஸ் வங்கிகள் விதிமுறைகளை மீறிச் செயல் பட்டிருப்பது கண்டுபிடிக்கப்பட்டது. அந்த வங்கிகள் மிகவும் கடுமை யாக எச்சரிக்கப்பட்டு 800 மில்லியன் டாலர் அபராதம் விதிக்கப்பட்டது. அது முதல் அமெரிக்காவும் மற்ற பல நாடுகளும் (இந்தியா உள்பட) சுவிஸ் அரசுக்கு அவர்களுடைய வங்கி ரகசியக் காப்பு விதிகளை மாற்ற அழுத்தம் கொடுத்துவந்தன.

பாரிஸைத் தலைமையிடமாகக் கொண்டு இயங்கும் பொருளாதார கூட்டுறவு மற்றும் மேம்பாடு (ஓஈசிடி) என்ற அமைப்பு உலகெங்கும் வரி ஏய்ப்பு செய்பவர்களைப் பாதுகாக்கும் நிறுவனங்களுக்கு எதிராகப் போராடிக்கொண்டிருக்கும் ஓர் அமைப்பு. இது ஒரு சர்வதேச உடன்படிக்கையை உருவாக்கியிருக்கிறது. இதை ஏற்று கையெழுத்து இடும் நாடுகள் மற்ற உறுப்பினர்களின் வேண்டுகோளை ஏற்று வங்கிக் கணக்கு விவரங்களைப் பகிர்ந்துகொள்ள வேண்டும். இந்தியா உள்பட 58 நாடுகளை உறுப்பினர்களாகக் கொண்ட இந்த அமைப்பில் இதுவரை சுவிஸ் நாடு சேர தொடர்ந்து மறுத்து வந்தது. இப்போது இறங்கி வந்திருக்கிறது. உடன்படிக்கையில் சுவிஸ் ஃபெடரல் அரசின் பிரதிநிதி கையெழுத்திட்டிருந்தாலும் சுவிஸ் நாட்டு அரசியல் நடைமுறைப்படி அது அந்தக் குட்டி நாட்டின் சிறு மாநிலங்களால் ஒப்புதல் அளிக்கப் படவேண்டும். ஒப்புதலை மக்கள் வாக்கெடுப்புமூலம்தான் பெற முடியும். இவை எல்லாறவற்றையும் முடித்து கடந்த வருடம் இந்த அமைப்பின் சுவிஸ் பிரதிநிதி தங்கள் நாடு இந்த உடன்படிக்கையை

ஏற்கிறது என கையெழுத்திட்டிருக்கிறார். இது உலகப் பொருளாதாரச் சரித்திரத்தில் ஆச்சரியமான ஒரு திருப்புமுனை. இந்த ஒப்பந்தத்தின்படி தங்களது நாட்டைச் சேர்ந்த யாரேனும் வரி ஏய்ப்பில் ஈடுபட்டிருப்பதாக ஒரு நாடு சந்தேகிக்குமானால், அந்த நபர் சுவிஸ் வங்கிகளில் போட்டு வைத்திருக்கும் பண விவரம் குறித்த விவரத்தை சுவிஸ் வங்கிகளிடம் கேட்கலாம். அவர்கள் அந்த விவரத்தைத் தெரிவிக்க வேண்டும்.

இதைத்தவிர ஜெர்மனியுடன் சுவிஸ் ஓர் ஒப்பந்தம் போட்டிருக்கிறது. இதன்படி ஒரு ஜெர்மனி நிறுவனம் சுவிஸ் நாட்டில் வணிகம் செய் தாலோ அல்லது மூதலீடுசெய்தாலோ இரண்டுநாடுகளிலும் வரிகட்ட வேண்டாம். ஒரு முறை கட்டணமாக வசூலிக்கும் பணத்தை இரண்டு நாடுகளும் பங்கிட்டுக்கொள்ளும் என்பது அந்த ஒப்பந்தத்தின் முக்கிய மான விஷயம். இதேபோல் அமெரிக்காவுடன் ஒரு ஒப்பந்தம் போடப் பட்டுள்ளது. கறுப்புப் பணச் சலவையில் ஈடுபட்டிருப்பது கண்டு பிடிக்கப்பட்டாலோ, அல்லது பணம் தீவிரவாத கும்பலுக்குப் போகிறது என நீதிமன்றத்தால் தீர்ப்பளிக்கப்பட்டாலோ அந்தக் கணக்கை உடனடியாக முடக்கவேண்டும். இந்த ஒப்பந்த அடிப் படையில் வங்கிகளின் சந்தேக நடவடிக்கைகளைக் கண்காணிக்கவும், தகவல்களைப் பரிமாறிக்கொள்ள உதவும் வகையில் பல நாடுகளும் இணைந்த ஓர் அதிகார அமைப்பு அமைக்கப்படும். 2017ம் ஆண்டி லிருந்து அது தன்னிச்சையாக நாடுகளுக்குச் செய்திகளை வழங்கும்.

இந்த ஒப்பந்த அடிப்படையில் அமெரிக்கா கொடுத்த கணக்கின் விவரங்களின்படி அல் காய்தாவின் சுவிஸ் வங்கிக் கணக்கு முடக்கப் பட்டது. இதற்கான எல்லா மட்ட விவாதங்களிலும் பங்கெடுத்த இந்தியா கடைசி நிமிடத்தில் ஒப்பந்தத்தில் கையெழுத்திடவில்லை.

கறுப்புப் பண விவகாரம் குறித்து சுவிட்சர்லாந்து வெளி விவகார இலாகாவின் இயக்குநரும், சட்ட ஆலோசகருமான வாலென்டின் ஷெய்ல்வேஜெர் வாஷிங்டன் நகரில் அறிக்கையை வெளியிட்டார். அதில், 'இந்தியாவில் புதிய அரசு பதவியேற்றதில் இருந்து வெளி நாட்டு வங்கிகளில் இந்தியர்கள் பதுக்கி வைத்துள்ள கறுப்புப் பண விவகாரத்துக்கு முன்னுரிமை அளித்து நடவடிக்கைகளை எடுத்து வரு கிறது. கணக்கில் காட்டாமல் சுவிஸ் வங்கிகளில் பணம் வைத்துள்ளவர் களின் பெயர்களை வெளிப்படையாக அறிவிப்பது தொடர்பாக இந்தியாவுக்கும், சுவிட்சர்லாந்துக்கும் இடையே கருத்து வேறுபாடுகள் உள்ளன. இந்தப் பிரச்னை குறித்து இந்திய அரசுடன் நாங்கள் நீண்ட விவாதம் நடத்தியும் வருகிறோம். அதில் வரிஏய்ப்பு பிரச்னையை மட்டுமே பேசுகிறோம். அதே நேரம் சுவிட்சர்லாந்து சட்டத்தின்படி வரி ஏய்ப்பு என்பது கிரிமினல் குற்றம் அல்ல. தற்போது நிலைமைகள்

மாறி வருகின்றன. எனவே இதில் சர்வதேச விதிமுறைகளுக்கு ஏற்ற நிலையை நாங்கள் பின்பற்றி வருகிறோம். ஆகவே இந்தப் பிரச்னைக்கு விரைவில் தீர்வு காணப்படும்.'

அந்த அதிகாரி சொன்ன சட்டத் திருத்தங்கள் இவை. சுவிஸ் நாட்டில் கறுப்புப் பணச் சலவைகளைத் தடுக்கும் சட்டங்கள் 1977 முதல் இருந்தாலும் அவற்றில் மிகப்பெரிய ஓட்டைகள் இருந்ததால் 2011 ஜனவரியில் பல திருத்தங்களுடன் கடுமையாக்கப்பட்டிருக்கிறது. இதன்படி திருட்டு, பணம் பறித்தல், தீவிரவாதிகளுக்கு உதவும் வகையில் கடத்தல், போதைப் பொருள் விற்பனை, ஆட்கள்மூலம் கடத்தி கணக்கில் சேர்க்கப்பட்ட பணம்,வரி மோசடி (கவனியுங்கள் வரி ஏய்ப்பு இல்லை) போன்ற குற்றங்களின்மூலம் சுவிஸ் வங்கி கணக்கு களில் சேரும் பணத்துக்கு மற்ற உண்மையான சேமிப்பாளர்களுக்கு வழங்கும் வங்கி ரகசியம் பொருந்தாது. இந்தச் செய்தி இந்தியாவில் எப்படி வெளியிடப்பட்டது தெரியுமா? ஏதோ அடுத்த நாளே சுவிஸ் வங்கி, தன்னிடம் கணக்கு வைத்திருக்கும் இந்தியர்களின் பட்டியலைக் கொடுத்துவிடும் என்னும் தொனியில், 'வங்கிகளில் கறுப்புப் பணம் பதுக்கிய இந்தியர்கள் பட்டியலைத் தயாரிக்கிறது சுவிஸ்' என்று தலைப்புச் செய்திகள் அலறின.

வெளிவிவகாரத் துறை அதிகாரி, கருத்து வேறுபாடு என்று நாகரிக மாகச் சொன்ன விஷயத்தை சுவிஸ் நாட்டு இந்தியத் தூதர் லயனுஸ் வான் கெஸ்டெல்ம்யூர் (Linus von Castelmur) மிகத் தெளிவாக விளக்கி தி இந்து நாளிதழுக்கு அளித்த பேட்டியில் சொல்லியிருக்கிறார். இந்தியாவில் அவர்களுடைய சட்டத்தின்படி கிரிமினல் குற்றம் சாட்டப்பட்டு அது நீதிமன்றத்தில் நிரூபிக்கப்பட்டிருந்தால்தான் அவர் களுடைய கணக்கு விவரங்களை எங்கள் வங்கி தரும். வெறும் ஊகத்தின் பேரிலோ அல்லது சந்தேகத்தின் பேரிலோ கேட்டால் கொடுக்க இயலாது. அதாவது இந்தியா ஏதேனும் பெயர்களைப் பெறவேண்டு மானால் முதலில் அவர் செய்தது கிரிமினல் குற்றமாக இந்தியாவில் நிரூ பிக்கப்பட வேண்டும். அந்தத் தீர்ப்போடு சுவிஸ் அரசாங்கத்தையும் அவர்கள் மூலம் வங்கிகளையும் அணுகி கணக்குகளை முடக்கி அதன் பின் சில தொடர் நடைமுறைகளைப் பின்பற்றி அந்தப் பணத்தை மீட்கலாம்.

இது எளிதில் நடக்கும் காரியமா? எல்லாவற்றுக்கும் மேல் இந்தியா வில் வரிஏய்ப்பு கிரிமினல் குற்றம் இல்லை. சிவில் குற்றம் அபராதத் தைக் கட்ட வேண்டியது மட்டுமே தண்டனை. மேலும் வருமான வரித் துறை மனுதாரர் தாக்கல் செய்த கணக்குகளை ஏற்று வரிகளை நிர்ணயித்து அதை வசூலித்த பின்னர் சில ஆண்டுகளுக்குப் பின்னர் அது தவறுதலாக ஏற்கப்பட்டுவிட்டது என காரணம் காட்டி வழக்கு

தொடர முடியாது. இதனால் தவறான, முறைகேடான வருமானம் அந்த வரியாண்டுக்குள்ளேயே முடிவு செய்யப்பட்டு வழக்கு பதிவு செய்யப்படவேண்டும். இது இங்கே சாத்தியமில்லை என்றே சொல்லி விடலாம். காரணம், வழக்கு பதிவு செய்யப்பட்டு 12 ஆண்டுகள் வழுக்கு நடத்தியபிறகு அதிக அபராதம் கட்டி வழக்கைத் தவிர்க்கும் அரசியல்வாதிகள் இங்கே அநேகம் பேர். பல கோடி வரியைக் கட்டாமல் வழக்குகளைத் தொடர்ந்து நடத்திக்கொண்டிருக்கும் கார்ப்ப ரேட்டுகளைக் கொண்ட நாட்டில் இது எந்த அளவுக்குச் சாத்தியம்?

சுவிட்சர்லாந்தில் உள்ள வங்கிகள் 283.இவற்றில் கிரெடிட் சுய்ஸ், யு.பி.எஸ் ஆகிய வங்கிகளில்தான் இந்தியர்கள் அதிக அளவில் பணத்தைப் பதுக்கி வைத்துள்ளனர்.சுவிட்சர்லாந்து வங்கிகளில் இந்தியர்கள் பதுக்கி வைத்துள்ள பணத்தின் அளவு 2012ம் ஆண்டைவிட 2013ல் 40 சதவிகிதம் அதிகரித்துள்ளது.இந்தியர்கள் சுவிட்சர்லாந்து வங்கிகளில் பதுக்கி வைத்துள்ள பணம், 14,000 கோடி ரூபாயைத் தொட்டுள்ளதாக, அந்த நாட்டுமத்திய வங்கி ஆணையம் தெரிவித் துள்ளது. இது இந்தியர்கள் இந்த வங்கிகள்மீது வைத்திருக்கும் நம்பிக்கையைக் காட்டுகிறது. கூடவே, இந்திய அரசால் இந்தப் பெரும் தொகையைத் தொடக்கூட முடியாது என்பதையும் உணர்த்துகிறது.

2014ல் உச்ச நீதிமன்றம் அமைத்த சிறப்புப் புலனாய்வுக் குழு வரி ஏய்ப்பைக் கடுமையான தண்டனையுடன் கூடிய கிரிமினல் குற்றமாக அறிவிக்கப் பரிந்துரைத்திருக்கிறது. இது சட்டவடிவம் பெறுமா? அப்படியானால் எப்போது? சுவிஸ் நாட்டைப் பொருத்தவரை, கறுப்புப் பணத்தைப் பதுக்கும் சொர்க்கமாக இனி தங்கள் நாடு இருக்காது என்று அறிவித்துவிட்டார்கள். பதுக்கியிருப்பதைக் கேட்ப தற்கான வழிகளையும் சொல்லிவிட்டார்கள். தற்போது , நம் நாட்டில் இருக்கும் சட்டங்களினால்தான் அவர்களிடமிருந்து தகவலைப்பெற முடியாத நிலையில் இருக்கிறோம் என்பதுதான் உண்மை.

அதனால் இனியும் சுவிஸ் நாட்டின் வாடிக்கையாளர்களின் ரகசியங் களைக் காக்கும் விதிகளைச் சொல்லி தகவல்களைப் பெற முடிய வில்லை என்று அரசியல் வாதிகள் சொன்னால்,அவர்கள் பேசுவது உண்மையில்லை என்பதையும் அவர்கள் செய்வது அரசியல் என்பதை யும் ஒருவர் புரிந்துகொள்ளலாம்.

அதே சமயம் இன்னொரு சந்தேகம் இங்கே இயல்பாக எழுகிறது. கறுப்புப் பணமாக வெளியேறி வெள்ளையாக சலவை செய்யப்பட்டு வந்துசேரும் இந்தப் பணம் இந்தியாவில் முதலீடு செய்யப்பட்டாலும் ஏன் அந்த முதலீடுகள் இந்தியப் பொருளாதாரத்தை வளப்படுத்த உதவவில்லை? அவை எங்கேதான் போகின்றன?

6. காணாமல் போகும் கறுப்பு முதலீடுகள்

லஞ்சமும் ஊழலும் கறுப்புப் பணம் என்ற நாணயத்தின் இரண்டு பக்கங்கள். கறுப்புப் பணத்தின் மூலமே லஞ்ச ஊழல்தான். வரி ஏய்ப்பின்மூலம் இது திரட்டப்படுகிறது. அரசியல்வாதிகள் மற்றும் அதிகார வர்க்கத்தினருடைய லஞ்சப் பணத்தின் பெரும்பகுதி சுவிட்சர்லாந்து போன்ற நாடுகளின் வங்கிகளில் பதுக்கப்படுகிறது. இப்படி ஒரு பரவலான எண்ணம் நமக்கு எழுந்திருக்கிறது.

ஆனால், குளோபல் ஃபைனான்ஷியல் இன்டெக்ரிடி என்ற அமைப்பின் இயக்குநர் ரேமண்ட் பேக்கர் வெளியிட்டுள்ள ஆய்வின்படி உலகளவிலான மொத்தக் கறுப்புப் பணத்தில் அரசியல்வாதிகள் மற்றும் அதிகார வர்க்கத்தினருடைய லஞ்ச, ஊழல் பணம் என்பது தூசி. வெறும் மூன்று சதவிகிதம்தான். அப்படியானால் மீதி கறுப்புப் பணம் எங்கிருந்து வருகிறது? உலகின் மொத்தக் கறுப்புப் பணத்தில் மூன்றில் ஒரு பகுதி அதாவது 33% போதை மருந்து கடத்தல் உள்ளிட்ட சட்ட விரோத நடவடிக்கைகள் சார்ந்தது. மூன்றில் இரண்டு பங்கு, அதாவது சுமார் 64% பன்னாட்டு, கார்ப்பரேட் நிறுவனங்கள் மற்றும் சர்வதேச நிதி நிறுவனங்கள் தொடர்புடையது. உலகெங்கும் மிகப்பெரிய நிறுவனங்கள் கறுப்புப் பணத்தை உருவாக்கி அதை மீண்டும் மீண்டும் சுழற்சிமுறையில் மூதலீடுகளாக்கிக் கொண்டிருக்கின்றன.

வரிகட்டாமல் திருட்டு போன்ற முறையற்ற வழிகளில் மட்டும் இந்தக் கார்ப்பரேட்கள் கறுப்புப் பணத்தை உருவாக்கவில்லை. அந்நிய மூதலீடுகளை வரவேற்கும் வளரும் நாடுகள் அளிக்கும் சலுகைகள், வசதிகள், வாய்ப்புகளைப் பயன்படுத்தி, உற்பத்தியையும் விற்பனையையும் பெருக்கிக்கொள்கிறார்கள். ஆனால் அந்த நாட்டில் லாபங்களைக் குறைத்துக் காட்டி மிகமிகக் குறைவாக வரிகளைச் செலுத்தி உண்மையான லாபத்தை வருமான வரியில்லாத நாடுகளுக்கு மாற்றிவிடுகிறார்கள்.

இதை எப்படிச் செய்கிறார்கள்? கடந்த 2012ஆம் ஆண்டு இங்கிலாந்தில் மிகப் பெரிய அளவில் இயங்கும் அந்நிய நாட்டு கம்பெனிகள் மிகக் குறைவாகத்தான் வரிகட்டுகிறார்கள் என்று லண்டன் டைம்ஸ் ஒரு செய்தியை வெளியிட்டிருந்தது. நாடாளுமன்றத்தில் பிரச்னை எழுப்பப் பட்டது. நாடாளுமன்ற உறுப்பினர்கள் அடங்கிய கமிட்டி ஒன்று இதனை விசாரிக்க அமைக்கப்பட்டது. இதன் தலைவர் திருமதி மார்கரெட் ஹோட்கெ (Margreat Hodge). இவர் லேபர் கட்சிக்காரர். 1994 முதல் தொடர்ந்து எம்.பியாக இருப்பவர். லண்டன் ஸ்கூல் ஆஃப் எக்னாமிஸில் படித்தவர். ஸ்டார்பக்(காபி ஷாப்கள்), கூகுள், அமேசன் ஆகியவை இங்கிலாந்தில் குறைவான வரிகள் கட்டியதாகச் சொல்ல பட்ட பன்னாட்டு நிறுவனங்கள் ஆகும். இதன் தலைமை அதிகாரிகள் நாடாளுமன்ற கமிட்டிக்கு முன் ஆஜாரகி திருமதி மார்க்ரெட்டின் கேள்விகளுக்குப் பதிலளித்ததனர். அது நேரடியாக ஒளிபரப்பப் பட்டது. இங்கிலாந்து தேசமே பார்த்த இந்த நிகழ்ச்சியில் சாட்டையடி யாகச் சரமாரியான கேள்விகள், சால்ஜாப்பான பதில்கள் இடம் பெற்றன. இறுதியில் சட்டத்தின் இடுக்குகளைப் பயன்படுத்தி எங்கள் நிறுவனம் இப்படிச் செய்தாலும் அதிக வியாபரம் செய்து அதிக லாபம் ஈட்டும் நாட்டுக்கு நாங்கள் நிறைய வரிகட்ட கடமைப்பட்டிருக் கிறோம் என்று சொல்லி மன்னிப்பு கேட்டனர் அந்த அதிகாரிகள். அப்படி என்ன செய்தார்கள் அவர்கள்?

‘ஸ்டார்பக் செய்ததை ஓர் உதாரணத்துக்கு எடுத்துக்கொள்வோம். ஸ்டார்பக் காபி தயாரித்து விற்கும் ஓர் அமெரிக்க நிறுவனம். உலகம் முழுவதும் இவர்கள் பரவியிருக்கிறார்கள். இங்கிலாந்தில் கிளை களைத் திறக்கும் முன் நெதர்லாந்து நாட்டில் வரியில்லாத சொர்க்கத்தில் ஃப்ரிச்சினோ என்ற பெயரில் ஒரு கிளை ஸ்தாபனத்தைத் இவர்கள் தொடங்கினார்கள். ஸ்டார்பக்கின் 96 விதமான காபி வகை களையும் ஒவ்வொரு தனிக் கண்டுபிடிப்பு என்று ஃபார்முலாவைப் பெயர்களுடன் பதிவு செய்து பேடண்ட் உரிமையை பெற்றுக் கொண்டார்கள். இப்போது இங்கிலாந்தின் கிளைகள் இந்த கம்பெனி யுடன் ஓர் ஒப்பந்தம் செய்து கொள்கிறது. அதன்படி விற்பனையாகும் ஒவ்வொரு கப் காபிக்கும் ராயல்ட்டியாக அதன் விலையில் 40% இங்கிலாந்து நிறுவனம் இவர்களுக்கு அனுப்புகிறது. விலையில் இதற்கே 40% என்பதால் மற்ற செலவுகளுடன் இங்கிலாந்து ஸ்டார்பக் நஷ்டத்தில் இயங்குகிறது. இப்படி நஷ்டத்தில் இயங்குவதால் வரிகள் கட்டவில்லை. நாடாளுமன்ற உறுப்பினர் அவர்களிடம் கேட்டார். 15 வருடங்கள் நஷ்டத்திலாவது ஏன் நிறுவனத்தை நடத்துகிறீர்கள்? இதற்கு வந்த பதில் இது. நாங்கள் உலகம் தழுவிய நிறுவனம். உலகளவில் லாபம் கிடைக்கிறது என்பதால் நடத்துகிறோம்.

இங்கிலாந்து நிறுவனங்கள் தரும் விளம்பரக் கட்டணங்களுக்கு இங்கிலாந்தில் வரி செலுத்துகிறோம் என்றார் கூகுள் அதிகாரி. ஆனால் அதிகமான இங்கிலாந்து விளம்பரங்கள் அமெரிக்க எஜெண்ட்கள் மூலம்தான் வருகின்றன என்பதையும் ஒப்புக்கொண்டார்.

இந்த விவாதங்கள் நடந்து கொண்டிருந்தபோது ஷ்யான் எக்லின் பூன் என்ற ஜெர்மன் பொருளாதார கட்டுரை ஆசிரியர் ஆச்சரியமளிக்கும் செய்தி ஒன்றை வெளியிட்டார். உலகம் முழவதும் வியாபித்திருக்கும் ஆப்பிள் நிறுவனம் தனது மொத்த லாபத்தில் 1.5% மட்டுமே வரியாகச் செலுத்துகிறது. ஆப்பிள் நிறுவனத்திடமிருந்து இதற்கு எந்த மறுப்பும் வரவில்லை. எப்படி ஆப்பிள் பல நாடுகளில் லாபங்களுக்கு வரி செலுத்தாமலிருக்கிறது என்பதை விளக்கி அவர் கட்டுரைகள் எழுதியிருக்கிறார்.

அமேசான் இங்கிலாந்தில் அதிகம் விற்பது இங்கிலாந்து ஆசிரியர்களின் புத்தகங்களைத்தான். ஆனால் அது இங்கிலாந்தில் பதிவு செய்யப்பட்ட நிறுவனம் அல்ல என்பதால் ஆன்லைன் வியாபாரத்துக்கான வரி முழுவதும் அமெரிக்காவில் செலுத்தப்பட்டுவிடுகிறது என்கிறார் பூன். அதாவது லாபத்தின் பெரும்பகுதியைச் சம்பாதிக்கும் நாட்டில் வரி செலுத்தாமல் இந்த நிறுவனங்கள் சாமர்த்தியமாக வெளிநாட்டுக்குக் கடத்துகின்றன என்பது இதிலிருந்து தெரியவருகிறது. இப்படி உலகம் முழுவதிலும் இயங்கும் கார்ப்பரேட்டுகள் இந்த வரியில்லாச் சொர்க் கங்களைப் பயன்படுத்திக்கொண்டு அங்கே தங்கள் லாபங்களைக் குவிக்கிறார்கள். அவர்களுக்கு இப்படிப்பட்ட சொர்க்கங்களின் அவசியமும் தேவையும் இருப்பதால் அவை நீடிப்பதிலும் புதிய சொர்க்கங்கள் உருவாவதையும் வரவேற்கிறார்கள்.

இந்தியாவைப் பொருத்தவரையில் கார்ப்பரேட்டுகள் மீதான 'அநியாய' வரிவிதிப்புதான் வரி ஏய்ப்பைத் தூண்டி, கறுப்புப் பணத்தை அதிகரிக்கச் செய்கிறது என்று ஒரு வாதம் எழுந்து கொண்டிருந்தது. ஆனால் '1948 முதல் 2008 வரையிலான காலத்தில் இந்தியாவிலிருந்து வெளியேறிய கறுப்புப் பணம் குறித்த ஆய்வு' என்ற கட்டுரையில் தனியார்மய, தாராளமயக் கொள்கைகள் அமல்படுத்தப்படத் தொடங்கிய பின்னர், அதாவது 1991 முதல் நேர்முக வரிகள் படிப்படி யாக குறைக்கப்படத் தொடங்கிய பின்னர்தான், வரி ஏய்ப்பும் கறுப்புப் பண வெளியேற்றமும் அதிகரித்தன என்று கூறுகிறார் குளோபல் ஃபைனான்ஷியல் இன்டெக்ரிடி நிறுவனத்தின் ஆய்வாளர் தேவ்கார்.

பொருளாதார சீர்திருத்த காலத்தில், வேகமான பொருளாதார வளர்ச்சி வேகமான கறுப்புப் பண வெளியேற்றத்தைத் தோற்றுவித்திருக்கிறது; கறுப்புப் பண வெளியேற்றம் எந்த அளவுக்கு அதிகரித்ததோ அந்த

அளவுக்கு சமூக ஏற்றத்தாழ்வும் அதிகரித்திருக்கிறது என்கிறார் இவர். 2000க்குப் பின்னர் இந்தக் கறுப்புப் பண வெளியேற்றம் பெருமளவு அதிகரித்துவிட்டது. இதற்குக் காரணம் நிதி நிறுவனங்கள் மீதான கண்காணிப்பைத் தளர்த்தியதும், கட்டுப்பாடுகளை அகற்றியதும்தான். இவை பல மோசடிகளுக்கு வழி செய்து கொடுத்துவிட்டன என்கிறார் தேவ்கார்.

இந்தியாவில் கறுப்புப் பணம் என்று அழைக்கப்படும் மூலதன வெளியேற்றம் தனியார்மய, தாராளமயக் கொள்கைகளின் அமலாக் கத்தில் நேர்ந்து விட்ட தவறோ என்று எண்ணவைக்கிறது. 2013 முழு வதும் பேசப்பட்ட வோடோபோன் வழக்கில் உச்ச நீதிமன்றம் வழங்கிய தீர்ப்பு இந்த எண்ணத்தை ஏற்படுத்துகிறது.

வரியில்லா சொர்க்கங்களில் ஒன்றான கேமேன் தீவுகளில் பதிவு செய்யப்பட்ட ஹட்ச் டெலிகாம் நிறுவனத்தை வோடாபோன் நிறுவனம் வாங்கியிருந்தது. ஹட்ச்-எஸ்ஸார் லிமிடெட் என்ற இந்திய டெலிகாம் நிறுவனத்தின் 67% பங்குகளைச் சொந்தமாகக் கொண்டிருந்த ஹட்சின்சன் டெலிகாம் இன்டர்நேஷனல் என்ற பன்னாட்டு நிறுவனம் அவை அனைத்தையும் ரூ.52,300 கோடி ரூபாய்க்கு வோடாபோன் என்ற இன்னொரு பன்னாட்டு நிறுவனத்துக்கு 2007ஆம் ஆண்டில் விற்றது. இந்த விற்பனையின் தொடர்ச்சியாக இந்தியாவில் இயங்கிவந்த ஹட்ச் தொலைபேசி, வோடாபோன் என்று பெயர் மாற்றம் பெற்றது. ஹட்ச் நிறுவனத்தின் எல்லா இந்தியச் சொத்துகள் மீதான கட்டுப்பாடும் வோடபோன் நிறுவனத்தின் கைக்கு மாறியது. (ஹட்ச் விளமபரங்களில் வந்த நாய்க்குட்டியை நினைவிருக்கிறதா?)

ஹட்ச் நிறுவனம் இந்தியாவில் இருக்கின்ற தனது சொத்துகளை வோடபோன் நிறுவனத்துக்கு விற்று லாபம் பார்த்திருப்பதால் அந்த விற்பனையின் மீது 11,000 கோடி ரூபாய் மூலதன ஆதாய வரியை (கேபிடல் கெய்ன்ஸ்) விதித்தது வருவாய்த் துறை. மேற்கூறிய தொகையைப் பிடித்தம் செய்து தன்னிடம் ஒப்படைக்குமாறு வோடபோன் நிறுவனத்துக்கும் உத்தரவிட்டது. வரியைக் கட்ட மறுத்த வோடபோன் நிறுவனம், இந்தச் சொத்து விற்பனை இந்தியாவுக்கு வெளியில் நடந்தது என்பதால், இதன் மீது வரி விதிக்க இந்திய வருவாய்த்துறைக்கு அதிகாரம் இல்லையென்று மும்பை உயர் நீதிமன்றத்தில் மனு செய்தது.

'ஹட்சின்சன் எஸ்ஸார் என்ற இந்திய நிறுவனத்தின் 67% பங்குகளுக்கு உரிமையாளர், கேமேன் தீவுகள் என்ற நாட்டைச் சேர்ந்த சி.ஜி.பி. இன்வெஸ்ட்மென்ட்ஸ் லிமிடெட் என்ற நிறுவனம். அந்த சி.ஜி.பி நிறுவனம், ஹட்சின்சன் டெலிகாம் இன்டர்நேஷனல் (கேமேன்)

ஹோல்டிங்ஸ் என்ற நிறுவனத்துக்குச் சொந்தமானது. அது கேமேன் தீவுகள் நாட்டில் பதிவு செய்யப்பட்டது. தற்போதைய விற்பனையில் கேமேன் தீவுகள் என்ற நாட்டைச் சேர்ந்த சி.ஜி.பி. நிறுவனத்தின் சொத்துகளான பங்குகள், வோடாபோனுக்கு விற்கப்பட்டிருக்கின்றன. இந்தப் பங்கு விற்பனைக்கும் இந்தியாவுக்கும் எந்தச் சம்பந்தமும் இல்லை. இதன் மீது வரி விதிக்கும் அதிகாரம் இந்திய அரசுக்குக் கிடையாது' என்று வாதிட்டது வோடபோன் நிறுவனம்.

'பங்குகள் எந்த நாட்டின் நிறுவனத்துக்குச் சொந்தமாக இருந்தாலும், இந்தப் பங்கு விற்பனையின் நோக்கம், மேற்படி நிறுவனத்துக்குச் சொந்தமான சொத்துகளை இந்தியாவில் கட்டுப்படுத்துவதுதான். இந்த விற்பனைமூலம் கட்டுப்படுத்தப்படும் சொத்துகளும் தொழிலும் இந்தியாவில்தான் இருக்கின்றன என்பதால், இங்கே வரியைக் கட்டத்தான் வேண்டும்' என்று செப்டெம்பர் 2010இல் தீர்ப்பளித்தது மும்பை உயர் நீதிமன்றம்.

இத்தீர்ப்பை எதிர்த்து உச்ச நீதிமன்றத்தில் மேல்முறையீடு செய்தது வோடோபோன் நிறுவனம். காங்கிரசின் செய்தித் தொடர்பாளராக இருந்த அபிஷேக் மனுசிங்வி, ஹரிஷ் சால்வே போன்ற கார்ப்பரேட் வழக்குரைஞர்கள், லண்டனிலிருந்து வந்து இறங்கியிருந்த சர்வதேச சட்ட வல்லுநர்கள் என்று ஒரு பெரும் பட்டாளமே வோடபோன் நிறுவனத்துக்காக வாதிட்டனர்.

ஜனவரி 20, 2012 அன்று தலைமை நீதிபதி கபாடியா தலைமையிலான மூன்று நீதிபதிகள் கொண்ட பெஞ்சு, மும்பை உயர் நீதிமன்றத் தீர்ப்பை ரத்து செய்து வோடபோனுக்கு ஆதரவாகத் தீர்ப்பளித்தது. ஹட்ச் நிறுவனத்துக்கும் வோடாபோனுக்கும் இடையிலான இந்தப் பரிவர்த் தனையின் நோக்கமே இந்தியாவில் இருக்கும் ஹட்ச் டெலிகாமின் சொத்துகளையும் பங்குகளையும் அந்நிறுவனத்தின் மீதான கட்டுப்பாடு முழுவதையும் வோடாபோன் நிறுவனத்துக்கு மாற்றிக் கொடுப்பது தான் என்பது தெளிவாகத் தெரிந்த போதிலும், இந்தியாவில் உள்ள சொத்துகள் கைமாறுவதற்கும் கேமேன் தீவுகளில் பங்குகள் கைமாறிய தற்கும் எவ்விதத் தொடர்பும் இல்லை என்றது உச்ச நீதிமன்றம்.

இந்திய அரசுக்கும் வருவாய்த்துறைக்கும் மிகப்பெரிய அடியாக விழுந்த இந்தத் தீர்ப்பில் சொல்லப்பட்ட சில வாசகங்கள் பலரை திகைக்க வைத்தன. 'இந்தியா போன்ற வளரும் பொருளாதாரங்களுக்கு அந்நிய நேரடி மூலதனம் தவிர்க்கவியலாமல் தேவைப்படுகிறது. இந்தியாவுக்குள் வருகின்ற அந்நிய மூலதனம் என்பது அநேகமாக வரியில்லா சொர்க்கங்களான தீவுகள் வழியாகவும், இந்திய அரசு இரட்டை வரிவிதிப்பு தவிர்ப்பு ஒப்பந்தம் (டபுள் டாக்ஸேஷன்

அவாய்டன்ஸ் ட்ரீட்டி) போட்டுக் கொண்டிருக்கின்ற நாடுகள் வழி யாகவும்தான் வருகிறது. இவை இந்தியாவுக்குள் நுழையும் உலக வர்த்தகத்தின் முக்கியமான வழித்தடங்களாக அங்கீகரிக்கவும் பட்டிருக் கின்றன' என்று கூறியிருக்கிறார் மூன்று நீதிபதிகளில் ஒருவரான நீதிபதி ராதாகிருஷ்ணன். வோடாபோன் மீதான வரி விதிப்பை, 'மூலதனத்தின் மீதான மரணதண்டனை' என்றும் அவர் கண்டித்திருக்கிறார்.

இந்தத் தீர்ப்பின் உடனடி விளைவு, இத்தீர்ப்பினை மேற்கோள் காட்டி, தாங்கள் ஏற்கெனவே வருமானவரித் துறைக்குக் கட்டியிருக்கும் சுமார் ரூ.40,000 கோடி வரிப்பணத்தைத் திருப்பித் தருமாறு கேட்டிருக்கின்றன பல பன்னாட்டு நிறுவனங்கள். இந்த மாதிரியான தீர்ப்புகள் , தனியார்மய தாராளமயக் கொள்கைகளின் அமலாக்கத்தில் நேர்ந்த தவறா? முறைகேடா? அல்லது அதன் தவிர்க்கவியலாத விளைவா? காலம்தான் பதில் சொல்லமுடியும்.

ஹவாலா பற்றியும் இந்தியத் தொழிலதிபர்கள் மற்றும் அரசியல்வாதி களின் வெளிநாட்டுக் கணக்குகள் பற்றியும் மீடியா எழுதிக்கொண்டிருக் கிறது. ஆனால் இந்தியாவில் ஒவ்வொரு ஆண்டும் 32 முதல் 35 லட்சம் கோடி ரூபாய் வரை கணக்கில் வராத கறுப்புப் பணம் உருவாக்கப்படுவ தாகவும், மொத்தப் பொருளாதாரத்தில் பாதி கறுப்புப் பொருளா தாரமாகிவிட்டது என்கிறார்இந்தியாவின் கறுப்புப் பொருளாதாரம் என்ற நூலின் ஆசிரியர் பேராசிரியர் அருண்குமார்.

மூலதன வெளியேற்றத்தைப் போலவே ஏற்றுமதி, இறக்குமதி வியாபாரங் களில் பெரிய நிறுவனங்கள் பணத்தை நாட்டிலிருந்து வெளியேற்றவும் அவசியமானபோது கொண்டுவரவும் செய்கிறார்கள். ஏற்றுமதியாகும் பொருள்களின் உண்மையான விலையை வங்கிக்குத் தரும் இன்வாய்ஸ் போன்ற ஆவணங்களில் தெரிவிக்காமல், குறைத்து மதிப்பிட்டுவிடு வார்கள். அந்த அளவு பணம் மட்டும் வங்கி வழியாக முறையாகக் கணக்கில் சேரும். உண்மையான விலைக்கும் இந்த இன்வாய்ஸுக்கும் உள்ள வித்தியாசத்தை வெளிநாட்டு வங்கி கணக்கில் பதுக்கிவைப்பார் கள். இதேபோல் இறக்குமதிகளில் உண்மையான மதிப்புக்கு அதிகமான அளவில் இன்வாய்ஸ்கள் வங்கிகளின் வழியே வரும். அதற்கான பணத்தை உடனே செலுத்தி விடுவார்கள். வெளிநாட்டு நிறுவனம் அவர் களின் உண்மையான விலைக்கு மேலே வந்த சேர்ந்திருக்கும் பணத்தை ஏற்றுமதி செய்திருக்கும் நிறுவனம் அல்லது அவர்கள் சொல்லும் நிறுவனத்தின் அந்நிய நாட்டு வங்கிக்கணக்கில் சேர்த்துவிடுவார்கள்.

இதேபோல் தேவையில்லாத பொருள்களை இறக்குமதி செய்து அதற்கான பணத்தை அனுப்பிவிட்டு அந்தப் பொருட்களை கயலான் கடைக்கு போடுவதுகூட நடைபெற்றிருக்கிறது. பல ஆண்டுகளுக்கு

முன்னர் கம்ப்யூட்டர்கள் பற்றி அதிகம் தெரியாத காலத்திலேயே இந்தியாவில் காலெடுத்து வைத்த நிறுவனம் ஐபிஎம். அவர்கள் இதைச் செய்திருக்கிரார்கள் என்பது கண்டுபிடிக்கப்பட்டது.இதேபோல் கோகோ கோலா நிறுவனமும் செய்து கொண்டிருந்தது. அன்று ஆட்சி யிலிருந்த ஜனதா கட்சி அரசு இவர்களை நாட்டைவிட்டு வெளியேற்றி யதும், பின்னாளில் அவர்களே வரவேற்கப்பட்டதும் தனிக்கதை.

தென் தமிழ் நாட்டில் ஒரு பத்திரிகைக்கான அச்சு இயந்திரம் ஒன்றை இறக்குமதி செய்ய அனுமதி பெறப்பட்டிருந்த ஒரு நிறுவனம் அதை உதிரி பாகங்களாக கொண்டுவந்து இங்கு இணைக்க அனுமதி பெற் றிருந்தது. ஆனால் இறக்குமதி செய்தது இரண்டு அச்சு இயந்திரங் களுக்கான உதிரிபாகங்களை. தனிப்பாகங்களாக இருந்ததால் கஸ்டம்ஸ் அதிகாரிகளுக்கு எதுவும் தெரியவில்லை. பாகங்களை இணைத்தபின் இரண்டு இயந்திரங்கள் உருவாயின. ஒன்று உள் நாட்டிலேயே நல்ல விலைக்கு விற்கப்பட்டது. அந்தப் பணம் கணக்கில் வராத கறுப்புப் பணமாயிற்று. இவற்றைத் தடுக்க பல விதிகள் இப்போது அமலில் உள்ளன. அதிகாரிகளுக்கு நிறைய பயிற்சி களும் தரப்பட்டிருக்கின்றன. ஆனாலும் இந்தக் கூட்டப்பட்ட அல்லது குறைக்கபட்ட இன்வாய்ஸ்கள் மூலம் கறுப்புப் பணம் தொடர்ந்து அந்நிய நாடுகளுக்குப் பயணம் செய்துகொண்டுதான் இருக்கிறது.

ஆக, கறுப்புப் பணம் என்பதில் கார்ப்பரேட்டுகளுக்குப் பெரும் பங்கு இருக்கிறது என்பது இதிலிருந்து தெரிகிறது. அவர்கள் பணத்தில் ஒரு பகுதி கறுப்புப் பணமே ஆகும்.

ஆனால் இவை எல்லாம் நடப்பது வங்கிகள் மூலம்தான் அல்லவா? வங்கிகளுக்கு விதிகள், கண்காணிப்புகள் எதுவும் கிடையாதா? அவர் களும் ஏன் இந்தத் தவறுகளைச் செய்ய வேண்டும்? அல்லது அந்தத் தவறுக்கு உதவ வேண்டும்?

7. கறுப்புப் பணமும் வங்கிகளும்

வங்கிகள் என்றாலே நம்பிக்கை, பாதுகாப்பு என்றுதான் உலகம் முழுவதிலும் உள்ள சாமானியர்கள் பொதுவாகப் புரிந்துவைத்திருக் கிறார்கள். பல நாடுகளில் வங்கிகள் தனியார் வங்கிகளாக இருந்தாலும் அந்த நாடுகளின் மத்திய வங்கி மற்றும் அரசுகளின் விதிகளுக்கு உட்பட்டே இயங்குகின்றன. ஒரு வங்கியின் செயல்பாடுகள் நாட்டின் பொருளாதாரத்துக்கு ஊறு விளைவிக்கும் ஆபத்துகள் இருப்பதால் அவை நாட்டின் மத்திய வங்கிகளின் வழிகாட்டுதலின் பேரில் இயங்க அந்த நாட்டு சட்டங்கள் வழி செய்கின்றன. ஆனால் வரியில்லா சொர்க்கங்களில் இம்மாதிரி நிழல் காரியங்கள் செய்வதற்காகவே அரசாங்கங்களால் சட்டங்களும் விதிகளும் தளர்த்தப்பட்டு, வங்கிகள் அப்படிப்பட்ட வேலைகளைச் செய்ய ஊக்குவிக்கிப்படுகின்றன. இதற்காக இந்த வங்கிகள் அந்த அரசாங்கங்களுக்குக் கட்டணம் செலுத்துகின்றன.

கவனியுங்கள், இது வரி இல்லை. அந்தக் குட்டி நாடுகளின் அரசாங்கங் களுக்கு இதுதான் வருமானம். பொருளாதார ரீதியாக அந்த அரசு களுக்குப் பலம் அளிக்கும் விஷயம் இது. சர்வதேச சந்தையில் இந்த நாடுகள் தங்களைப் பலம் பொருந்திய நாடுகளாகக் காட்டிக்கொள்ள இந்த வழிமுறை உதவுகிறது. அமெரிக்காவில் இருக்கும் அதிக அளவு அந்நிய நாடுகளின் மூலதனத்தில் முதலிடம் வகிப்பது சீனா. ஆனால் வரியில்லா சொர்க்கங்கள் என வர்ணிக்கப்படும் இந்தக் குட்டி நாடுகள் அமெரிக்காவில் செய்திருக்கும் முதலீடுகளின் கூட்டுத்தொகை சீனா செய்திருக்கும் முதலீடுகளைவிட அதிகம் என்பது பலர் அறியாதது.

உலகின் மூதலீடுகளில் முதலிடத்தில் இருப்பது இந்த நாடுகளின் பணம்தான் என்பதை ஓர் ஆய்வு தெரிவிக்கிறது. அதாவது உலக நாடு களில் அந்நிய நாட்டு முதலீடுகளில் முதலிடம் வகிப்பது கறுப்புப் பணம் என்பதும் அவற்றுக்கு வங்கிகள் உதவிக்கொண்டிருக்கின்றன

என்பதும் உண்மை. எங்கள் நாட்டு சட்ட விதிகளின் படி சரி, விதிகள் அனுமதிக்காது, வாடிக்கையாளர்களின் ரகசியம் காப்பாற்றப்பட வேண்டும் என்ற போர்வைகளில் இந்த வங்கிகள் செயலாற்றுவது உலக அளவில் கறுப்புப் பொருளாதாரம் ஏற்படுத்தும் ஆபத்துகள் பற்றி ஜி20 நாடுகளின் மாநாடுகளில் பேசிக்கொண்டிருக்கும் பணக்கார நாடுகளின் ஆசியுடன் என்பதுதான் முரண்.

சுவிஸ் நாடு தங்கள் நாட்டின் வாடிக்கையாளர் ரகசியங்களைக் காக்கும் விதிகளைச் சுட்டிகாட்டுகிறது. இதுதான் எங்கள் பாரம்பரியம் என்று வாதிடுகிறது. இந்தியா உள்பட பல நாடுகளின் உளவு அமைப்புகளான சிஐஏ, ரா, எம்15 போன்றவை சுவிஸ் வங்கிகளில் கணக்கு வைத்திருக்கின்றன என்கிறது லண்டன் ஃபினான்ஷியல் டைம்ஸ் கட்டுரை ஒன்று. தங்கள் நாட்டைவிட்டு வெளியில் பணியாற்றும் இந்த உளவு நிறுவனங்களைச் சேர்ந்தவர்களுக்கு இந்த வங்கிகள்மூலமே பணம் பட்டுவாடா செய்யப்படுகிறது என்கிறது இந்தக் கட்டுரை. எனவே இந்த நாடுகள் இத்தகைய ரகசிய வங்கி நடைமுறையையே விரும்புகின்றன என்பதைப் புரிந்துகொள்ளலாம்.

இந்த ரகியங்கள் காக்கும் வங்கிகளைத் தவிர்த்து சில பெரிய வங்கிகள் தெரிந்தே கறுப்புப் பொருளாதாரத்துக்கு உதவிக்கொண்டிருப்பதும் இப்போது வெளிச்சத்துக்கு வந்திருக்கிறது.

கறுப்புப் பணத்தைச் சலவை செய்து கறுப்புப் பொருளாதாரம் வளர பிசிசிஐ வங்கி உதவி செய்தது முதலில் கண்டுபிடிக்கப்பட்டது. பேங்க் ஆஃப் கிரெடிட் அண்ட் காமர்ஸ் என்ற இந்தப் பெரிய வங்கி ஒரு பாகிஸ்தானியாரால் உருவாக்கப்பட்டு, குறுகிய காலத்தில் உலகெங்கும் கிளைகளையும் அதே பெயரில் பல நாடுகளில் தனி வங்கிகளாகவும் இயங்கிவந்தது. இதன் நம்பமுடியாத வளர்ச்சியால் சந்தேகம் எழுந்து மிக ரகசியமாக அமெரிக்க, இங்கிலாந்து அரசுகள் மேற்கொண்ட புலனாய்வுகளுக்குப் பின்னர் 1991 ஜூலை மாதத்தில் அதிரடியாக இந்த விஷயம் தெரிய வந்தது. ஏழு நாடுகளிலுள்ள 20 பில்லியன் (ஒரு பில்லியன் என்பது 100 கோடி) அமெரிக்க டாலர் சொத்துகள் கைப்பற்றப்பட்டது. இதற்குச் சொல்லப்பட்ட காரணம் இந்த வங்கி கொலம்பியா நாட்டிலுள்ள ஒரு கஞ்சா வியாபாரிகளின் கூட்டமைப்புக்கு 32 மில்லியன் டாலர் சலவை செய்து வெள்ளையாக்க உதவி செய்தது என்பதுதான்.

பாங்க் ஆஃப் இங்கிலாந்தின் (இங்கிலாந்தின் மத்திய வங்கி) இந்த அதிரடி அறிவிப்பு உலகெங்கும் வங்கிகளில் பெரிய அதிர்ச்சியை ஏற்படுத்தியது. தனி வங்கிகளாக இயங்கிக்கொண்டிருந்த 60 நாடுகளிலிருக்கும் பிஸிபிசிஐ வங்கிகளின் சொத்தைக் கைப்பற்ற

அந்தந்த நாடுகளின் மத்திய வங்கிகளின் உதவியை பாங்க் ஆஃப் இங்கிலாந்து கோரியது. அந்தக் காலகட்டத்தில் உலகின் மிகப்பெரிய பணச்சலவை திருட்டு கண்டுபிடிக்கபட்டு அழிக்கப்பட்டுவிட்டதாக அறிக்கை விடப்பட்டது. அந்த ஆண்டு இறுதிக்குள் உலகெங்கும் உள்ள பிஸிஸிஐ வங்கிகள் மூடப்பட்டன. பல ஆயிரக்கணக்கானவர்கள் வேலையிழந்ததும், பல லட்சக்கணக்கான சாமானியர்கள் தங்கள் சேமிப்புகளை இழந்த அவலமும் நிகழந்தது. இது நடந்தது 1991ல். ஆனால் கறுப்புப் பண விவகாரம் அத்துடன் முடியவில்லை. இந்தக் குற்றச்செயல்கள் இன்றும் தொடர்கின்றன. பெரிய வங்கிகள் இன்னமும் இத்தகைய சலவைப் பணிகளில் ஈடுபட்டுக்கொண்டிருக் கின்றன. சமீபத்தில் வெளியாகியிருக்கும் ஹெச்எஸ்பிசி வங்கி பற்றிய செய்திகள் இதை உறுதி செய்கின்றன.

லண்டனில் தலைமையகத்தைக் கொண்டுள்ள ஹெச்எஸ்பிசி உலகின் மூன்றாவது பெரிய வங்கியாகும். உலகின் ஆறாவது பெரிய லிமிடெட் கம்பெனி. நிறுவனத்தின் மார்க்கெட் மதிப்பு 100 பில்லியன் டாலர் என மதிப்பிட்டிருக்கிறது ஃபோர்ப்ஸ் பத்திரிகை.(ஜுலை 2013). உலகின் எல்லாக் கண்டங்களிலும் 80 நாடுகளில் 7,200 கிளைகளுடன் இந்த வங்கி இயங்கி வருகிறது. இந்தியாவில் மெர்கண்டையில் பேங்க்காக 1853ல் தொடங்கிய வங்கி இது. இன்று 18 முக்கிய நகரங்களில் கிளைகளுடன் இயங்குகிறது.

வங்கித் தொழில் மட்டுமில்லாமல் இன்ஷ்யூரன்ஸ், மியூச்சுவல் ஃபண்ட், நிதி ஆலோசனை, சாஃப்ட்வேர், மனித வளம், பிபிஓ என்று பல துறைகளில் பரவி இயங்கிவருகிறது. வங்கித் தொழிலில் இவர்கள் பிரைவேட் பேங்கிங் என்ற பிரிவில் சிறப்பாகச் செயலாற்றுபவர்கள். பிரைவேட் பேங்க்கிங் என்பது மிக அதிகப் பண மதிப்புள்ள (High net worth indivduals) தனி மனிதரின் பேங்கிங் மட்டுமில்லாமல் அவருடைய எல்லாப் பண விவகாரங்களையும் அதாவது சொத்து வாங்குவதிலிருந்து கார் இன்ஷ்யூரன்ஸ் வரை எல்லாவற்றையும் கவனித்துக்கொள்ளும் ஒரு பிரிவாகும்.

இதற்காக இவர்களுடன் தொடர்பு கொள்ள தனி அதிகாரிகள், விசேஷ வசதிகள் எல்லாம் உண்டு.இந்த அதிகாரிகள் வாடிக்கையாளர்களை அவர்கள் அலுவலகம் அல்லது வீடுகளில் சந்திப்பார்கள். பரிவர்த்தனை களின் விவரங்கள் அவர்களுக்கு மட்டுமே தெரியும்.கடந்த சில ஆண்டுகளில் இந்தச் சேவைகளைப் பெறுபவர்கள் இந்தியாவில் அதிகமாகி வருகிறார்கள்.

நான்கு ஆண்டுகளுக்கு முன் வால் ஸ்ட்டீட் ஜர்னல் (ஜூலை 2010 இதழ்) ஒரு திடுக்கிடும் கட்டுரையை வெளியிட்டிருந்தது. ஹெச்எஸ்பிசியின்

இரண்டு ஊழியர்களான ஹார்வி ஃபால்ஸினி மற்றும் ஜார்ஜினா மைக்கெல் இரண்டு ஆண்டுகளுக்கு முன்னாதாகவே சில ஐரோப்பிய நாடுகளின் வருமான வரித் துறையினருக்கும், புலானாய்வு துறைகளுக்கும் தாங்கள் சுவிஸ் வங்கியில் கணக்குகள் வைத்திருக்கும் அந்த நாட்டின் பிரஜைகள் பற்றிய விவரங்கள் இருப்பதாகவும் தொடர்பு கொண்டால் தருவதாகவும் ஈ மெயில் அனுப்பியிருந்தனர். சுவிஸ் நாட்டில் வங்கி ஊழியர்கள் நிறுவன ரகசியங்களைக் காப்பாற்றுவது குறித்துத் தனிச் சட்டங்களே இருப்பதாலும், குற்றம் இழைத்தவர்களுக்குக் கடும் தண்டனை உண்டு என்பதாலும் அப்படிச் செய்ய யாரும் துணிய மாட்டார்கள் என்பதால் அந்த ஈ மெயில் விவகாரம் கண்டுகொள்ளப்படவில்லை. பத்திரிகையில் கட்டுரை வெளியானவுடன் ஹெச்எஸ்பிசி தங்களுடைய ஊழியர்கள், வாடிக்கை யாளர்களின் கணக்கு விவரங்களைத் திருடிவிட்டார்கள் என்றும் அதை வைத்து பிளாக் மெயில் செய்ய முயற்சிக்கிறார்கள் என்றும் வழக்குப் போட்டது. அந்தச் சமயத்தில் பிரான்ஸ் நாட்டிலிருந்த அந்த ஊழியர் களைக் கைது செய்ய பிரான்ஸ் நாட்டின் அரசை அணுகினார்கள். சம்பந்தப்பட்டவர்களின் வீடுகளில் போலிஸ் சோதனை நடத்தியபோது அதிர்ச்சியடைந்தனர். சிடி வடிவில் 79,000 வாடிக்கையாளர்கள், 20,000 நிறுவனங்களின் கனக்குகளில் இருக்கும் பாலன்ஸ் அதில் காணப்பட்டது. இதன் மொத்த மதிப்பு உலகப் பொருளாதாரத்தையே பாதிக்கும் அளவி லிருக்கும் எண்கள். பிரான்ஸில் இருந்து 8000 பேர், அமெரிக்காவில் இருந்து 1500 பேர் என்று தொடங்கி எல்லா நாடுகளையும் சேர்ந்த பல பெயர்கள் அதில் காணப்பட்டன.

இந்த விவரங்கள் எந்த அளவுக்கு உண்மை என்பதைக் கண்டறிய சிலருடைய வீடுகளில் தேடுதல் சோதனை நடத்தப்பட்டு, உண்மை ஊர்ஜிதப்படுத்தப்பட்டது. உடனே இந்த விவரங்கள் அனைத்து நாடு களுக்கும் அனுப்பிவைக்கப்பட்டன. இந்த விவரங்கள் மீடியாவில் வந்தபோது பல நூற்றுக்கணக்கான இந்தியர்களின் பெயர்கள் காணப் பட்டன. மேலும், இந்திய அரசுக்கும் பிரான்ஸ் பட்டியல் தந்திருந்தது என்பதும் தெரிய வந்தது.

சட்டம் தன் கடமையைச் செய்ய ஆரம்பித்திருக்கிறது என்று இந்திய அரசாங்கம் அறிவித்தது. மூன்று பேர்களிடம் வருமான வரித் துறை விசாரணையைத் தொடங்கியது. 2012ம் ஆண்டு ஜூலை 28ம் தேதி டெல்லியைச் சேர்ந்த பிரமேந்தர் சிங், பூஷன் லால், விக்ரம் என்ற தொழிலதிபர்களின் வீடுகளிலும் அலுவலகங்களிலும் சோதனைகள் மேற்கொள்ளப்பட்டன. பின்னர் அவர்கள் விசாரணைக்கு அழைக்கப் பட்டனர். அந்த விசாரரனையில் அவர்கள் சொன்ன விஷயங்கள் இவை. நாங்கள் ஜூரிச் போய் இந்தக் கணக்கைத் தொடங்கவில்லை.

டெல்லியில் ஹெச்எஸ்பிசி அதிகாரிகள் அதனைச் செய்து கொடுத் தார்கள். எங்கள் கணக்கில் பணத்தை அனுப்ப நாங்கள் ஜுரிச் வங்கி கிளைக்கு போன் செய்தால் உள்ளூர் ஹெச்எஸ்பிசி ஆள்களை அனுப்பு வார்கள். அவர்களிடம் ருபாய் கொடுத்தால் அது சுவிஸ் வங்கியில் டாலராக வரவு வைக்கப்படும். தவணைகளாக நாங்கள் செலுத்திய பணம் மொத்தமாக எங்கள் கணக்கில் வரவு வைக்கப்படும். ஒரே நபர் எல்லா முறையும் வருவதில்லை. பணம் வாங்கியதற்கு ரசீதோ அல்லது கணக்கில் சேர்க்கப்பட்ட விவரங்களோ எழுத்துமூலமாகத் தரப்பட வில்லை.

ஓர் இந்தியர் வெளிநாடு போகாமலேயே இங்கிருந்தே அங்கே ஒரு கணக்கைத் தொடங்க முடியுமா? இதைத் தெரிந்துகொள்ள, இந்திய வங்கி/அந்நியச் செலாவணி சட்டங்களையும் கடந்த சில ஆண்டுகளில் அதில் ஏற்பட்டிருக்கும் மிகப் பெரிய மாற்றங்களையும் கொஞ்சம் புரிந்து கொள்ளவேண்டும். அறுபதுகளில் வெளிநாடு போவதற்கு எந்த அந்நியச் செலாவணியும் அனுமதிக்கப்படவில்லை. ஏர்போட்டில் வழிச்செலவுக்காக 8 அமெரிக்க டாலர் கொடுக்கப்படும், அவ்வளவு தான்.

இந்தத் தொகை மெல்ல மெல்ல வளர்ந்து, 1990களில் 500 டாலர் வரை உயர்ந்தது. இந்தக் காலகட்டத்தில்தான் இந்தியாவில் ஹவாலா புகுந்தது. இதைத் தடுக்க ஃபெரா (FERA) என்ற அந்நியச் செலாவணி சட்டம் கடுமையாக்கப்பட்டது. 1990களில் புதிய பொருளாதாரக் கொள்கைகள் அமல்படுத்தப்பட்ட பிறகு எழுந்த மாற்றங்களில் முக்கியமானது FERA ஒழிந்து FEMA உதயமானதுதான். அதிகாரம் என்னும் நிலை மறைந்து நிர்வாகம் சார்ந்த கொள்கையின் அடிப்படை யில் எழுந்த இந்தச் சட்டம் வங்கித் துறைக்கு அந்நியச் செலாவணி பரிவர்த்தனைகளில் அதிக சுதந்தரம் அளித்தது. இந்தியர்கள் வெளி நாட்டு வங்கிகளில் கணக்கு வைத்துகொள்ளலாம் என்பது இதன் கீழ் அனுமதிக்கப்பட்ட ஒரு விஷயம்.

அது மட்டுமல்ல, இன்று இந்தியாவிலேயே அந்நியச் செலாவணி ஈட்டும் இந்தியர்கள் இந்தியாவிலேயே டாலர் கணக்குகள் தொடங்கி பரிவர்த்தனை செய்யலாம். எதற்கெடுத்தாலும் ரிஸர்வ் வங்கியை அணுகிக்கொண்டிருந்த நிலை மாறியது. எங்களிடம் வராதீர்கள், உங்களுக்கு அளிக்கபட்டிருக்கும் சுதந்தரத்தைக் கவனமாகப் பயன் படுத்துங்கள். தவறுகள் நேர்ந்தால் நீங்களே பொறுப்பு என்று வங்கி களுக்குச் சொல்ல ஆரம்பித்தார்கள். நாளடைவில் வங்கிகள் இதைப் பயன்படுத்திகொண்டு தங்கள் வாடிக்கையாளர்களுக்குப் பல புதிய திட்டங்களையும் வசதிகளையும் அறிவிக்க ஆரம்பித்தன. பொதுத்

துறை வங்கிளில்கூட சில, என்ஆர்ஐ ஆகப் போகும்இந்தியருக்கு வெளிநாடு போகும் முன்ரே அந்தக் கணக்கைத் தொடங்கவும் வெளிநாடு போனபின் கணக்கில் பணத்தை அனுப்பும் வசதிகளையும் அறிவித்தது.

இந்தச் செய்தியில் சொல்லப்பட்டிருக்கும் நபர்கள் எந்த மாதிரி கணக்கு களைத் தொடங்கியிருக்கிறார்கள் என்ற விவரம் தெரியவில்லை. மேலும் அவர்களிடம் பணம் வாங்கிப்போனவர்கள் வங்கி அதிகாரிகளா என்பது தெரியாது என்றும் சொல்லியிருக்கிறார்கள். மேலும் இன்று வங்கிகளில் எவரேனும் 50,000 ரூபாய்க்குமேல் பணமாகச் செலுத்தி னால் பான் நம்பர், விலாசம் போன்றவற்றை உடன் அளிக்கவேண்டும். தொடர்ந்து இப்படிப் பணம் செலுத்தப்பட்டால் அது ரிஸர்வ் வங்கிக்குத் தெரிவிக்கப்படும். இந்த நிலையில் அந்த வங்கியை நேரடியாகச் சம்பந்தப்படுத்தி வழக்கு போடுவது இயலாத காரியம்.

ஆனால் இந்தச் சட்டங்கள் எல்லாம் வங்கியின் அதிகாரிகளுக்குத் தெரியாமல் இருப்பதற்கு எந்த வாய்ப்புமில்லை. ஹெச்எஸ்பிசி வங்கிகள் பற்றி வெளியாகிக்கொண்டிருக்கும் மற்ற செய்திகள் சந்தேகத்தை வலுப்படுத்துகின்றன. சமீபத்தில் லண்டனிலிருந்து வெளியாகும் டெலிகிராஃப் நாளிதழ், வரி இல்லா சொர்க்கமான ஜெர்சி தீவிலிருக்கும் ஹெச்எஸ்பிசி கிளையில் மிகப் பெரிய கிரிமினல் குற்றப் பின்னணி உடைய பிரிட்டிஷ்காரர்கள் பலருக்குக் கணக்குகள் தொடங்கப்பட்டிருக்கின்றன என்றும் அது சம்பந்தமாக இங்கிலாந்து அரசின் சுங்க மற்றும் வருமானத் துறை விசாரணைகள் தொடங்கப் பட்டிருக்கின்றன என்றும் செய்தி வெளியிட்டது.

இதை ஹெச்எஸ்பிசி வங்கி மறுக்கவில்லை. இதைப்போல அமெரிக்கப் பொருளாதார சீர்குலைவுக்குப் பின் அமெரிக்க நாடாளுமன்றம் அமைத்த நாடாளுமன்ற கமிட்டி, வெளிநாட்டு வங்கிகள் எந்த அளவுக்கு பணச்சலவை (மணி லாண்டரிங்)செய்ய வெளிநாட்டு வங்கிகள் உதவுகின்றன என்பதை ஆராய்ந்தது. அந்த ஆய்வுக்கு எடுத்துகொண்ட வங்கி ஹெச்எஸ்பிசி. அந்த 500 பக்க ரிப்போர்ட் வங்கியின் செயல்பாட்டில் நிறைய சந்தேகங்களை எழுப்பி கடுமையாக விமரிசித்திருக்கிறது. விளைவு கடந்த ஆண்டு வங்கியின் லாபத்தில் 700 மில்லியன் டாலர் அபராதம் கட்ட நேரலாம் என்பதற்காக ஒதுக்கி வைத்திருப்பதாக வங்கியின் ஆண்டறிக்கை சொல்கிறது. இப்படிச் செய்ய நேர்ந்ததற்காக வங்கித் தலைவர் வருடாந்திர பங்குதாரர்கள் கூட்டத்தில் மன்னிப்பு கோரியிருக்கிறார்.

தி கார்டியன் என்ற பத்திரிகை 'வங்கி கட்டுப்பாடின்றி இயங்கிக் கொண் டிருக்கிறது என்றும் சில அதிகாரிகளின் பெயர்களைக் குறிப்பிட்டு

இவர்களால் வங்கி நாசமாகிக் கொண்டிருப்பதோடு நாட்டின் பொருளா தாரத்தையும் நல்ல பெயரையும் கெடுத்துக் கொண்டிருக்கிறது.எனவே பங்குதாரர்களே ஜாக்கிரதை என்ற அபாய அறிவிப்பை சமீபத்தில் வெளியிட்டிருக்கிறது.

தொடர்ந்து 2013ஆம் ஆண்டு ஹாங்காங் ஷாங்காய் பாங்கிங் கார்ப்ப ரேசன் (ஹெச்எஸ்பிசி) என்ற பிரிட்டிஷ் வங்கியின்மீது அமெரிக்க அரசு பல குற்றச்சாட்டுகளை அடுக்கியிருக்கிறது. அந்தப் பன்னாட்டு வங்கி மெக்சிகோவைச் சேர்ந்த போதை மருந்து மாஃபியாவின் கறுப்புப் பணத்தை அமெரிக்காவுக்குள் முதலீடு செய்திருக்கிறது; சுமார் 700 கோடி டாலரை காகிதப் பணமாகவே மெக்சிகோவிலிருந்து அமெரிக் காவுக்குள் கடத்தி வந்திருக்கிறது. சவூதியைச் சேர்ந்த இஸ்லாமிய பயங்கரவாதிகளின் வங்கிக் கணக்கைப் பேணுகிறது. இதேபோல, அமெரிக்க அரசு விதித்துள்ள பொருளாதாரத் தடையையும் மீறி, இரானின் வணிகத்தைக் கள்ளத்தனமாகச் செய்து கொடுத்ததாக ஸ்டான்சார்ட் வங்கியின் மீதும் அமெரிக்கா குற்றம் சாட்டியிருக்கிறது.

ஆனால் இத்தகைய அதிபயங்கர குற்றங்களை இழைத்த வங்கிகளுக்கு அமெரிக்க அரசு விதித்திருக்கும் தண்டனை வெறும் அபராதம் மட்டும் தான் என்பதுதான் ஆச்சரியம். ஏன் வங்கியின் சொத்துகளை முடக்க வில்லை? அதற்குச் சொல்லப்பட்ட காரணம், வங்கியின் தவறுக்காக ஒன்றும் அறியாத முதலீட்டாளர்களைத் தண்டிக்கமுடியாது, எனவே வங்கியை முடக்கமுடியாது என்பதுதான். சொல்லப்படாதது அந்த முதலீட்டாளார்களில் அமெரிக்கர்களே அதிகம் என்னும் உண்மையை. இதைவிட ஆச்சரியமான விஷயம் கறுப்பை வெள்ளையாக்கும் மணி லாண்டரிங் ஹெச்எஸ்பிசியில் நடந்தபோது அதன் தலைவராக இருந்த லார்ட் ஸ்டீபன் கிரீன் என்பவர் பின்னர் பிரிட்டனின் வர்த்தகத்துறை அமைச்சரானார்.

உலகளவில் பொருளாதாரத்தில் தாக்கத்தை ஏற்படுத்தும் இந்தக் குற்றங் களை கட்டுப்படுத்தவோ தடுக்கவோ எந்த அமைப்பும் இல்லையா? இதுவரை அமைப்பு என ஒன்று நிறுவப்படாவிட்டலும் அதற்கான முயற்சிகள் நடந்திருக்கின்றன என்றுதான் சொல்லவேண்டும்.

பாரிஸைத் தலைமையிடமாகக் கொண்டு இயங்கும் பொருளாதாரக் கூட்டுறவு மற்றும் மேம்பாடு (ஓஈசிடி) என்ற அமைப்பு உலகெங்கும் வரிஏய்ப்பு செய்பவர்களைப் பாதுகாக்கும் நிறுவனங்களுக்கு எதிராக போராடிக்கொண்டிருக்கிறது. ஒரு சர்வதேச உடன்படிக்கையை இந்த அமைப்பு உருவாக்கியிருக்கிறது. இதை ஏற்று கையெழுத்து இடும் நாடுகள் மற்ற உறுப்பினர்களின் வேண்டுகோளை ஏற்று வங்கிக் கணக்கு விவரங்களைப் பகிர்ந்துகொள்ள வேண்டும். இந்தியா உள்பட

58 நாடுகள் இதை ஏற்றிருக்கிறது. இதை வலுவாக்கவேண்டும் என்று ஜி20 கூட்டங்களில் பேசப்படுகிறது.

பிரிக்ஸ் என அழைக்கபடும் பிரேசில், ரஷ்யா, இந்தியா, சீனா, தென் ஆப்பிரிக்கா நாடுகளின் கூட்டமைப்பு இம்முறை ஆஸ்திரேலியாவில் நடைபெற்ற ஜி 20 கூட்டத்தில் பங்கேற்க அழைக்கப்பட்டிருந்தனர். இந்தக் கூட்டமைப்பில் பேசிய இந்தியப் பிரதமர் வெளிநாடுகளில் பதுக்கப்பட்டுள்ள கறுப்புப் பணத்தை மீட்பதே தனது அரசின் முன்னுரிமை செயல் திட்டமாகும் என்றும் இதற்கு பிரிக்ஸ் நாடுகள் உதவ வேண்டும் என்றும் கோரிக்கை விடுத்தார்.

இதெல்லாம் சர்வதேச அளவில் மேற்கொள்ளப்பட்ட முயற்சிகள். இந்தியாவின் மிகப்பெரிய ஆபத்தான பிரச்னையாகச் சொல்லப்படும் இந்தக் கறுப்புப் பண விஷயத்தில் இந்திய அரசாங்கம் செய்திருப்பது என்ன?

8. இந்திய அரசியலும் கறுப்புப் பணமும்

உலகில் கறுப்புப் பணம் இல்லாத நாடுகளை விரல்விட்டு எண்ணி விடலாம். அந்த அளவுக்கு உலகம் முழுவதும் பரவியிருக்கும் கறுப்புப் பணம் பல நாடுகளுக்குத் தீராத தலைவலியாகவும் பெரும் பொருளாதாரச் சவாலாகவும் நீடிக்கிறது. சில நாடுகளில் அபாயகரமான ஒரு விஷயமாகவும் மாறியிருக்கிறது.

ஆம், ஒவ்வொரு நாட்டிலும் கறுப்புப் பணம் புழங்கத்தான் செய்கிறது. அரசு என்றொன்று உருவான நாள் தொடங்கி, அரசுக்கு வரி செலுத்தாத வர்களும் இருந்திருக்கிறார்கள். இவர்களுக்கும் வருமான வரி இலாகாவுக்கும் இடையிலான போராட்டம் என்பது முடிவில்லாதது. இருந்தும் இந்தியாவில் மட்டும் ஏன் கறுப்புப் பணம் பற்றிய சர்ச்சை களும் விவாதங்களும் மற்ற நாடுகளைவிட அதிகமாக உள்ளன? முதல் காரணம், கறுப்புப் பணம் என்பது இந்தியாவில் அரசியலாக்கப்பட்டு விட்டது. எந்தக் கட்சி ஆட்சியிலிருந்தாலும் எதிர்க்கட்சி ஆளுங்கட்சி யினரை நோக்கி விரலை உயர்த்தி கறுப்புப் பணம் குறித்து கேள்வி கேட்பது வாடிக்கையாகிவிட்டது. ஏன் சரியான நடவடிக்கைகள் எடுக்கப்படவில்லை என்று சாடுவதும், உங்கள் ஆட்சியில் நீங்கள் செய்ததைவிட நாங்கள் செய்திருப்பது அதிகம் என்று பதிலுக்கு அவர்கள் சொல்வதும்கூட வாடிக்கையாகிவிட்டது. இது இந்தியாவின் இரண்டாவது தேர்தலிலிருந்து தொடர்ந்து வரும் தொடர்கதை.

வெளிநாடுகளில் இந்தியர்கள் பதுக்கியுள்ள 25 லட்சம் கோடி ரூபாயை, பதவிக்கு வந்த 100 நாள்களில் திரும்பக் கொண்டு வருவோம் என்று காங்கிரஸ் தேர்தல் அறிக்கையில் கூறப்பட்டுள்ளது. 2014 பொதுத் தேர்தலுக்கான அறிக்கையில் அல்ல. 2009ல் வெளியிடப்பட்ட தேர்தல் அறிக்கையில் இது இடம்பெற்றுள்ளது.

அப்போது பலரும் இதற்கு முக்கியத்துவம் அளித்துப் பேசினர். ஆனால், ஐக்கிய முற்போக்குக் கூட்டணி அரசின் ஆட்சிக்காலம் 1,800

நாட்களைக் கடந்து சென்ற பின்பும் ஒரு ரூபாய் கூட கொண்டு வரப்படவில்லை.

தொடர்ந்து வந்த 2014 தேர்தலில் மீண்டும் இது பேசப்பட்டது. அப்போது பாரதிய ஜனதாவின் பிரதமர் வேட்பாளாராக அறிவிக்கப் பட்டிருந்த நரேந்திர மோடியும் கறுப்புப் பணம் குறித்து பெரிய அளவில் கூட்டங்களில் பேசினார். அவரும் 100 நாள் கெடு கொடுத் தார். வெளிநாட்டிலிருக்கும் அத்தனை கறுப்புப் பணமும் மீட்கப்படும், அது நாட்டின் நலனுக்கு செலவிடப்படும் என்றார்.

கறுப்புப் பணம் இருக்கும் நாடுகளின் வங்கிகள் வாடிக்கையாளரின் ரகசியத்தைக் கட்டிக்காக்க தங்கள் நாட்டு சட்டங்களையும், அந்த நாட்டுடன் இந்தியா செய்துள்ள ஒப்பந்தங்களையும் கேடயங்களாக மாற்றியுள்ளன. இதனால், கறுப்புப் பணத்தை மீட்பது என்பது இதுவரை எட்டாக் கனியாகவே உள்ளது. ஆனால் நாங்கள் ஆட்சி அமைத்தால் இவற்றை உடைத்து புதிய அணுகுமுறைகளின்மூலம் உடனடியாக மீட்டெடுப்போம் என்பது 2014ஆம் ஆண்டு நடந்த நாடாளுமன்ற தேர்தலின்போது பாஜகவின் முக்கியத் தேர்தல் பிரசாரமாக இருந்தது. பாஜக ஆட்சி அமைத்ததும் எப்படியும் கறுப்புப் பணத்தை மீட்டு நாட்டின் நலத்திட்டங்களுக்குப் பயன்படுத்துவார்கள் என்ற நம்பிக்கை மக்களிடையே அதிகரித்தது.

ஆனால் 100 நாள்கள் கடந்த நிலையில் முந்தைய அரசைப் போலவே 1 ரூபாய்கூட மீட்கப்படவில்லை. சுவிஸ் வங்கியில் பணம் போட்டு வைத்திருந்த இந்தியர்களின் பட்டியல் ஒன்றை இந்தியாவிடம் பிரான்ஸ் நாட்டு அரசு கொடுத்திருந்தது. அந்தப் பட்டியலில் 8 பேரின் பெயர்களை மட்டுமே முதல் கட்டமாக உச்ச நீதிமன்றத்தில் கொடுத்து மத்திய அரசு ஒரு புதிய நாடகத்தை அரங்கேற்ற, அது மக்களின் நம்பிக்கையைத் தகர்த்தது. அரசியல் எதிரிகளை மிரட்ட வேண்டுமன்றே ஒரே நோக்கத்தில் இப்படி ஒரு அரைகுறை பட்டியலை அரசு வெளியிட்டு கறுப்புப் பண விவகாரத்தில் மத்திய அரசு, நாட்டு மக்களை ஏமாற்றுகிறது என்று காங்கிரஸ் கட்சி விமரிசித்தது.

கறுப்புப் பணத்தை மீட்பது குறித்து மோடி உள்பட பாஜகவின் மூத்தத் தலைவர்கள் பலரும் முன்பு கருத்து தெரிவித்தனர். 'கறுப்புப் பணம் மீட்கப்பட்டால் ஒவ்வொரு குடிமகனுக்கும் தலா ரூ.15 லட்சம் கிடைக்கும்' என்று மோடி கூறினார். இப்போது எனக்குரிய பங்கான ரூ.15 லட்சத்தையே நான் கேட்கிறேன். அந்தப் பணம் எனக்கும், உங்களுக்கும் (மக்களுக்கும்) வந்துசேர வேண்டும் என்றுகூட ஒரு காங்கிரஸ் தலைவர் கேள்வி எழுப்பினார்.

நீங்கள் பொய் சொல்லி இந்திய மக்களை ஏமாற்றி ஆட்சிக்கு வந்திருக் கிறீர்கள் என காங்கிரஸ் தலைவர்கள் நாடாளுமன்றத்திலும் வெளி யிலும் பேசினார்கள். தேர்தல் பிரசாரத்தின்போது கறுப்புப் பணத்தை நூறு நாட்களில் மீட்பதாக நரேந்திர மோடி உறுதி அளித்திருந்தார். ஆனால், இதற்கான நடவடிக்கைகள் எதையும் நீங்கள் எடுக்கவில்லை. கறுப்புப் பணத்தை முழுமையாக மீட்கும் எண்ணமும் உங்களுக்கு இல்லை என்று காங்கிரஸ் கட்சியினர் கடுமையாக விமர்சத்தினர்.

அதற்கு நிதி அமைச்சர் அருண் ஜெயிட்லி அளித்த பதில் இது. 'கறுப்புப் பணம் மீட்பு விவகாரத்தில் உடனடியாக சாகசம் எதுவும் நிகழ்த்திவிட முடியாது. சில முடிவுகள் பணம் பதுக்கல்காரர்களுக்குச் சாதகமாக இருப்பதாகத் தோன்றலாம். ஆனால், பல சவால்களைச் சமாளித்து தொடர்ச்சியான ஆக்கப்பூர்வமான நடவடிக்கைகள் மேற்கொள்வதன் மூலமே கறுப்புப் பண மீட்பு சாத்தியமாகும். மற்ற நாடுகளில் இந்தியர்கள் கறுப்புப் பணம் வைத்துள்ள விவரங்களைப் பெறுவ தற்கான வாய்ப்புகள் உள்ளன.'

வெளிநாடுகளில் இந்தியர்கள் பதுக்கி வைத்துள்ள கறுப்புப் பணத்தை மீட்க நடவடிக்கை எடுக்கப்படும் என மத்திய அரசு உறுதி பூண்டுள்ளது. மக்களவை தேர்தலுக்கு முந்தைய தேர்தல் பிரசாரத்திலும் இதை வலியுறுத்தியது. புதிய அரசு பொறுப்பேற்ற பிறகு உச்ச நீதிமன்ற உத்தரவுப்படி சிறப்புப் புலனாய்வுக் குழு அமைக்கப்பட்டு விசாரணை நடந்து வருகிறது. இந்நிலையில், கறுப்புப் பணம் தொடர்பான வழக்கில் ஆஜரான அட்டார்னி ஜெனரல் முகுல் ரோத்தகி, வெளிநாட்டு வங்கிகளில், குறிப்பாக, இந்தியா இரட்டை வரி தவிர்ப்பு ஒப்பந்தம் செய்துள்ள நாடுகளில் அதிலுள்ள சில ஷரத்துகளின்படி கறுப்புப் பணம் வைத்துள்ளவர்கள் பற்றிய விவரங்களை வெளியிட முடியாது. இதற்கு அந்த நாடுகள் எதிர்ப்பு தெரிவித்துள்ளன என்று கூறியிருந்தார்.

இதில் மிகப்பெரிய நகைமுரண் என்னவென்றால் இதே காரணங் களைத்தான், இதே இரட்டைவரி தவிர்ப்பு ஒப்பந்த விவகாரத்தைத்தான் 5 வருடங்களுக்கு முன்பு ஆட்சியிலிருந்த காங்கிரஸ் கட்சி சொன்னது. அன்றைய நிதி அமைச்சர் எதிர்க்கட்சி தலைவராக இருந்த அத்வானி யிடம் ஒத்துழைக்காத நாடுகளுக்கு இதற்காக ராணுவத்தையா அனுப்ப முடியும் என்று சீறினார்.

இரட்டை வரிவிதி தவிர்ப்பு என்பது தங்கள் ஆட்சி காலத்தில் ஏற்படுத்தப்பட்ட ஒரு முட்டுக்கட்டை என்று சொல்வது தவறு என்கிறார்கள் காங்கிரஸின் தலைவர்கள். அவர்கள் ஆட்சிக்கு வரும் முன் இருந்த தேசிய ஜனநாயகக் கூட்டணி ஆட்சியின்போது, ரகசியம் காப்பதற்கான ஷரத்தை உள்ளடக்கிய 14 இரட்டை வரிவிதிப்பு

தவிர்ப்பு ஒப்பந்தங்கள், வெளிநாடுகளுடன் செய்து கொள்ளப்பட்டன. அப்போது இந்த ஷரத்தை நீக்குவது குறித்து எந்தப் பரிசீலனையும் நடைபெறவில்லை. அந்த ஒப்பந்தங்களில் கையெழுத்திட்டபோது அந்த ஷரத்தை ஏன் அப்படியே வைத்திருந்தீர்கள்? அப்போது அதை நீக்காமல் விட்டுவிட்டு, தற்போது ஐக்கிய முற்போக்குக் கூட்டணி ஆட்சி மீது புகார் கூறுவது ஏன்? அந்த ஷரத்தை நீக்குவது குறித்து பாஜக அரசு அப்போது ஏன் சிந்திக்கவில்லை? என்ற கேள்விகளை எழுப்பினார்கள்.

'கறுப்புப் பண விவரங்களை வெளியிடமுடியாது' என்று உச்ச நீதிமன்றத்தில் மத்திய அரசு தாக்கல் செய்த மனுவானது கோடிக் கணக்கான மக்களின் கனவுகளைச் சிதைத்து விட்டது.இப்படி இரண்டு கட்சிகளும் சுட்டிக்காட்டும் அந்தத் தடைக்கல் என்ன? நாடுகளுக் கிடையே இருக்கும் இரட்டை வரி தடுப்பு ஒப்பந்தம்தான் விவரங் களைப் பெறுவதற்கு இடையூறாக இருக்கிறதுஎன்னும் இவர்களுடைய வாதம் உண்மைதானா?

சற்று ஆராய்வோம்.

நாடுகளுக்கு இடையே வர்த்தக எல்லைகளில்லாத உலகம் என்று உலகமயமாதல் வர்ணிக்கப்படுகிறது. இதற்கு முக்கியக் காரணம் எல்லைகள் தாண்டி ஒரு நாட்டின் நிறுவனம் மற்றொரு நாட்டில் தொழில்களைத் தொடங்குவதுதான். தங்கள் முதலீட்டில் வெளி நாட்டில் தொழில்களைத் தொடங்கி லாபம் ஈட்டினால் அதற்கு வரி எங்கு செலுத்த வேண்டும்? சம்பாதித்த நாட்டிலா அல்லது லபாத்தைச் சேமிக்கும் தாய் நாட்டிலா? இந்தக் கேள்விக்கு விடையாக எழுந்தது தான் இந்த ஒப்பந்தம்.

ஒப்பந்தம் எழுந்ததற்கு முக்கியக் காரணம் இரு நாடுகளிலும் வரி கட்டி முதலீட்டார்கள் கஷ்டப்படக்கூடாது என்பதும் வரியே இரண்டு நாடு களிலும் கட்டாமல் ஏமாற்றிவிடக்கூடாது என்பதும்தான். சர்வதேச அளவில் பல விவாதங்கள், மாநாடுகள் நடைபெற்ற பிறகு முடிவு செய்யப்பட்ட விஷயம் இது. இரண்டு விதமான ஒப்பந்தங்கள் உருவாயின. ஒன்று ஐக்கிய நாடுகள் சபை உறுப்பினர்களின் மாநாட்டில் முடிவு செய்தது. மற்றொன்று பொருளாதார மேம்பாட்டுக்குக் கூட்டாக செயல்படுவதற்கான அமைப்பு (OECD) என்ற கூட்டமைப்பின் ஆலோசனைகளின்படி உருவானது. நாடுகள் எதாவது ஒன்றைப் பின்பற்றலாம். அடிப்படையான விஷயங்கள் ஒன்றுதான் என்றாலும் ஓஈசிஇ உருவாக்கியது சற்று விரிவானது. இதுவரை 84 நாடுகளுடன் இந்தியா இந்த ஒப்பந்தங்களைச் செய்து கொண்டிருக்கிறது. இதன்படி ஒப்பந்தங்கள் செய்துகொண்ட நாடுகளில் வரிவிதிப்பு முறைகளும்

சலுகைகளும், வெவ்வேறு விதங்களில் அமைந்திருக்கும் என்பதால் பரஸ்பரம் இரு நாடுகளும் ஒப்புக்கொண்ட விதிகளைச் சேர்க்கலாம். ஆனால் விதிகள் அந்த நாடுகளின் உள்நாட்டுச் சட்டங்களுக்கு மாறாக இருக்கக்கூடாது.

இங்கேதான் பிரச்னை ஆரம்பிக்கிறது. பல நாடுகளுடன் இந்தியா செய்துள்ள ஒப்பந்தத்தில், வங்கித் துறை தொடர்பான விவரங்கள் பரிமாறப்பட்டுக்கொள்ளும் பிரிவுகள் சேர்க்கப்படவில்லை. அதனால், கறுப்புப் பணம் பதுக்கப்படும் வங்கிகள் பற்றிய தகவல்களைச் சம்பந்தப்பட்ட நாடுகள் பகிர்ந்து கொள்வதில்லை. இப்போது அதில் திருத்தங்கள் கொண்டு வருவதன்மூலம், எந்தெந்த வங்கிகளில் கறுப்புப் பணம் பதுக்கப்படுகிறது என்ற தகவல் அரசுக்கு எளிதாகக் கிடைக்கும். 40 நாடுகளுடன் இரட்டை வரிவிதிப்பு தவிர்ப்பு ஒப்பந்தத்தில் திருத்தங்கள் மேற்கொள்ளப்பட்டுள்ளன. இந்தத் திருத்தங்கள் ஐக்கிய முற்போக்குக் கூட்டணி ஆட்சிக்காலத்தில் மேற்கொள்ளப்பட்டன. 'இரட்டை வரிவிதிப்பு தவிர்ப்பு ஒப்பந்தத்தின் கீழ் பெறப்படும் தகவல்களை ரகசியமாக வைத்திருக்க வேண்டும். பகிரங்கமாக வெளியிடக்கூடாது. அந்தத் தகவல்களை விசாரணை நடத்தும் அமைப்புகள் (நீதிமன்றம் அல்லது அரசின் நிர்வாகத் துறை) அல்லது சட்டப்படியான நடவடிக்கைகள் எடுக்கும் அமைப்புகள் ஆகியவற்றுக்குத்தான் தர வேண்டும். நீதிமன்றத்தில் நடைபெறும் வரி தொடர்பான வழக்குகளில், இந்த இரட்டை வரிவிதிப்பு தவிர்ப்பு ஒப்பந்தத்தின் கீழ் பெறப்பட்ட தகவல்கள் தேவைப்படுகிறது என்றால், சம்பந்தப்பட்ட நீதிமன்றத்துக்கு அந்த விவரங்களை விசாரணை அமைப்புகள் தரலாம். அவை அல்லாத வழக்குகளில் இத்தகவலை நீதிமன்றத்துக்கு தரக் கூடாது' என்பது சுவிஸ் நாட்டுடன் இந்தியா செய்துகொண்டிருக்கும் ஒப்பந்தத்தின் முக்கிய விதி.

இதனால்தான் முந்தைய அரசின் நிதி அமைச்சர் கணக்கு வைத்துள்ள வர்களின் பெயர்கள் கையில் இருந்தாலும் அவற்றை வெளியிட முடியாது என்றார். சுவிட்சர்லாந்து அரசு இதுபோன்ற ஒப்பந்தத்தை 90 நாடுகளுடன் செய்துகொண்டுள்ளது. தங்கள் நாட்டு வங்கிகளில் பணத்தைப் பதுக்கிய, இந்தியர்கள் குறித்த விவரங்களைத் தெரிவிக்க மாட்டோம் என முதலில் முரண்டு பிடித்த சுவிட்சர்லாந்து, அமெரிக்கா வின் கெடுபிடிகளாலும் மிரட்டல்களாலும் சற்றே இறங்கி வந்தது. சமீபத் தில் அமெரிக்கா இந்த ஒப்பந்த விதிகளின்படிதான் தங்கள் நாட்டைச் சேர்ந்தவர்கள் பதுக்கி வைத்திருந்த விவரத்தைக் கேட்டுப் பெற்றது.

இந்த இரட்டை வரிவிதிப்பு தவிர்ப்பு முறையைக் காரணம் காட்டி இரு கட்சிகளும் பரஸ்பரம் குற்றம் சாட்டிக்கொண்டிருக்கின்றன. ஆனால் வங்கி விவரங்களைப் பரிமாறிக்கொள்ளவேண்டும் என்பதை

விதிகளில் ஒன்றாக ஏன் சேர்க்கவில்லை என்ற கேள்விக்கு இரு தரப்பிலும் சரியான பதில் இல்லை. கவனக்குறைவாக விடுபட்டு போன விஷயமா? அல்லது கவனமாகத் தவிர்க்கப்பட்ட விஷயமா என்பது விவாதத்துக்குரியது.

எனில், கறுப்புப் பணத்தை மீட்கும் விஷயத்தில் அரசாங்கம் எதுவுமே செய்யவில்லையா? இதற்கு ஆம் என்றோ இல்லை என்றோ பதில் அளிப்பது கஷ்டம். சில முயற்சிகள் மேற்கொள்ளப்பட்டன, ஆனால் அவை முழுமூச்சுடன் மும்முரமாக மேற்கொள்ளப்படவில்லை. ப. சிதம்பரம் நிதி அமைச்சராக இருந்த காலகட்டத்தில் வேகமான சில முயற்சிகள் மேற்கொள்ளப்பட்டன என்பதற்கு ஆவணங்கள் உள்ளன. மிகத் தெளிவாக பிரச்னை நாடாளுமன்றத்தில் விளக்கப்பட்டிருக்கிறது. இந்தியாவில் வரி ஏய்ப்பு செய்து சுவிட்சர்லாந்தில் உள்ள ஹெச்எஸ்பிசி-யின் சில வங்கிக் கிளைகளில் கறுப்புப் பணம் குவிக்கப்பட்டுள்ளதாக இந்தியா உறுதியாக நம்புகிறது. கறுப்புப் பணத்தை வைத்துள்ள இந்தியர்களின் பெயர் உள்ளிட்ட விவரத்தைத் தருமாறு சுவிட்சர்லாந்தின் நிதி அமைச்சர் எவலைன் வின்ட்மெருக்கு எழுதிய கடிதத்தில் வரி ஏய்ப்பு தொடர்பான தகவல்களைப் பகிர்ந்துகொள்வது இரு நாடுகளுக்குமே மிகவும் முக்கியமான ஒப்பந்தமாகும் என்று எழுதியிருக்கிறார்.

இதுதான் முதன் முதலில் சுவிஸ் நாட்டில் இந்திய கறுப்புப் பணம் இருக்கிறது என்பதை அதிகாரபூர்வமாக தெரிவித்த அரசு ஆவணம். இந்த விஷயத்தில் சுவிட்சர்லாந்து அரசு தனக்குள்ள பொறுப்பை உணர்ந்து செயல்பட வேண்டும். நேரடி வரி தவிர்ப்பு கூட்டமைப்பில் (டிடிஏசி) செய்து கொண்ட ஒப்பந்தத்தை நிறைவேற்ற வேண்டிய கடமையும் பொறுப்பும் ஸ்விஸ் அரசுக்கு உள்ளது என்றும் அவர் சுட்டிக் காட்டியுள்ளார். சுவிட்சர்லாந்து நிதி அமைச்சருக்கு 2014ல் ஆட்சியின் இறுதிக்காலத்தில் நான்கு மாதங்களில் சிதம்பரம் மூன்று கடிதங்கள் எழுதியிருக்கிறார்.

இந்த விஷயத்தில் இந்தியாவின் கோரிக்கையை ஏற்கமுடியாது என்று சுவிட்சர்லாந்து அரசு தெரிவித்த விளக்கங்கள், சர்வதேச விதிமுறைகளுடன் ஒப்பிடுகையில் ஏற்க முடியாதது என்றும் இந்த விஷயத்தை சர்வதேச கவனத்துக்குக் கொண்டு சென்று தகவல் பரிமாற்றத்தில் சுவிஸ் அரசின் சட்ட அமலாக்கம் மிகவும் மெத்தனமாக உள்ளதை சுட்டிக்காட்டப்போவ தாகவும் எழுதியிருக்கிறார். 2014 தேர்தலுக்கு பின் காட்சிகள் மாறின.

கறுப்புப் பணத்தைச் சலவை செய்தாவது இந்தியாவுக்குள் கொண்டு வரட்டும் என மறைமுகமாகச் சில முயற்சிகள் தொடங்கப்பட்டன. பிரணாப் முகர்ஜி நிதி அமைச்சராக இருந்த காலத்தில் பங்குச்சந்தையில் அந்நிய நேரடி முதலீடுகளை வரவேற்க, முதலீட்டு நிறுவனங்களில்

பிரைவேட் ஈக்விடி போன்ற பார்ட்டிசிபேட்டரி நோட்டுகள் நிதிக் கருவிகளில் அனுமதிக்கப்பட்டன. இந்த முறையில் இந்தியப் பங்குச் சந்தையில் மூதலீடு செய்பவர்களின் முகம் தெரியாது. முதலீடு மட்டும் வரும், போகும். இதைப்போலவே இந்தியப் பொதுத்துறை, தனியார் துறைகளில் இத்தகைய முதலீடுகள் குவிந்தன. இந்த அனுமதிகள் வெளிநாட்டிலிருக்கும் கறுப்புப் பணம் இந்தியா திரும்பிவிடும் என்பதற்காக அளிக்கபட்டவை என்பது அனைவருக்கும் தெரிந்த 'சிதம்பர' ரகசியம். முகவரி இல்லாத முதலீட்டு வடிவங்களைச் சட்டபூர்வமான வையாக ஆக்கியதன்மூலம், சட்டவிரோதமானவை எல்லாம் சட்டபூர்வ மானவையாகிவிட்டன. சென்செக்ஸ் உயர்ந்தால் பொருளாதார வளர்ச்சி; வீழ்ந்தால் பின்னடைவு என்ற எண்ணம் வலுப்பட்டுகொண்டிருந்தது. 'அந்நிய முதலீடுகள் பெருகுவதுதான் முன்னேற்றத்தின் அடையாளம்' என்று மீடியாக்களும் எழுதத் தொடங்கின. ஆனால். இந்த முயற்சிகள் ஒரு பெரிய ஆபத்தை விளைவித்தது.

அந்நியச் செலாவணியாகவும், அந்நிய முதலீடாகவும் வேடமணிந்த கறுப்புப் பணம், டாலராக அவதரித்து இந்தியாவுக்குள் நுழைந்து வெள்ளையாக மாறியிருந்த கறுப்புப் பணம், இந்தியப் பொருளாதாரத் தையே மிரட்டும் அளவுக்கு வளர்ந்தது.

இவ்வாறு 'பங்குச்சந்தைக்குள் முகவரி தெரியாத முதலீடுகள் நுழைவது ஆபத்து' என்று ஒருபுறம் ரிசர்வ் வங்கி கூறுவதும், மறுபுறம் 2007 அக்டோபரில், அந்நிய மூலதனத்தில் சரி பாதி, பார்ட்டிசிபேட்டரி நோட்டுகள் என்ற வடிவத்தில் வந்திருப்பது கண்டு பீதியடைந்த செபி அமைப்பு அதனைக் கட்டுப்படுத்தவேண்டுமென்ற தகவலை நிதி யமைச்சகத்துக்கு அனுப்பியது. அதில் பார்ட்டிசிபேட்டரி நோட் என்ற முகம் தெரியாதவர்களுக்குத் தரும் கடன் பத்திரங்கள் தடை செய்யப் படவேண்டும் என பரிந்துரைக்கப்பட்டிருந்தது. இந்தச் செய்தி கசிந்தவுடன் அக்டோபர் 17 ஆம் தேதி ஒரே நாளில் சென்செக்ஸ் 1744 புள்ளிகள் வீழ்ந்தது. மும்பை பங்குச்சந்தையின் வரலாற்றில் இவ்வளவு மோசமான வீழ்ச்சி நடந்ததில்லை. பங்குச்சந்தையின் செயல்பாடு ஒரு மணி நேரத்துக்கு நிறுத்தி வைக்கப்பட்டது. பார்ட்டிசிபேட்டரி நோட்டு களைத் தடை செய்யப்போவதில்லை என்று நிதி அமைச்சர் சிதம்பரம் கெஞ்சிய பின்னரே, பங்குச்சந்தை சாதாரண நிலைக்குத் திரும்பியது.

இதேபோல் உள்நாட்டில் கறுப்புப் பணம் பெருமளவில் தங்கமாக பதுக்கப்படுகிறது என்ற புலனாய்வுத் துறைகளின் ரிப்போர்ட் கிடைத்த வுடன் தங்க இறக்குமதிக்குக் கூடுதல் வரிகள் அறிவிக்கப்பட்டன. அடுத்த நாளிலிருந்து கள்ளக் கடத்தலில் தங்கம் பெருமளவில் வரத் தொடங்கியது. 2014 தேர்தல் நெருங்கும் நேரத்தில் இப்படி ஒவ்வொரு முயற்சியிலும் தோற்றுக் கொண்டிருந்தது ஐக்கிய முன்னணி.

இந்தியாவைச் சேர்ந்த அரசியல் தலைவர்கள், தொழில் அதிபர்கள் பலர் வெளிநாட்டு வங்கிகளில், 70 லட்சம் கோடி ரூபாயை, கறுப்புப் பணமாக பதுக்கி வைத்துள்ளனர். அதைக் கண்டறிந்து இந்தியாவுக்கு மீட்டு வர, சிறப்புப் புலனாய்வுக் குழு ஒன்றை அமைக்க, மத்திய அரசுக்கு உத்தர விட வேண்டும் எனக் கோரி, உச்ச நீதின்றத்தில் மூத்த வழக்கறிஞர் ராம் ஜெத்மலானி உள்ளிட்ட சிலர் வழக்கு தொடுத்திருந்தனர். இந்த வழக்கை விசாரித்த உச்ச நீதிமன்றம், மத்திய அரசு மீது அதிருப்தியை வெளிப் படுத்தியது. இதையடுத்து, கறுப்புப் பணத்தை மீட்கும் நடவடிக்கை களுக்காக 10 உயர் அதிகாரிகள் அடங்கிய கமிட்டியை, மத்திய அரசு அமைத்தது. இந்த வழக்கில் 2011ல் உச்ச நீதிமன்றம் ஒரு முக்கிய உத்தரவைப் பிறப்பித்தது. அதில், 'மத்திய அரசால் அமைக்கப்பட்ட உயர்நிலைக் குழு செயல்பாடு அதிருப்தி அளிக்கிறது' எனக் கூறியதுடன், கறுப்புப் பண விவகாரத்தை விசாரிக்க விரிவுபடுத்தப்பட்ட சிறப்புப் புலனாய்வுக் குழு (எஸ்.ஐ.டி.,) ஒன்றையும் அமைத்தது. இதை எதிர்த்து மத்திய அரசுத் தரப்பில் உச்ச நீதிமன்றத்தில்மனு தாக்கல் செய்யப்பட்டது.

இந்த மனு மீதான விசாரணையில் மத்திய அரசு சார்பில் வாதாடிய சொலிசிட்டர் ஜெனரல் மோகன் பராசரன், 'கறுப்புப் பணம் குறித்து விசாரிக்க, மத்திய அரசால் அமைக்கப்பட்ட கமிட்டி இருக்கிறது. சிறப்புப் புலனாய்வு குழு அமைப்பது தேவையற்றது' என்றார்.

வெளிநாட்டு வங்கிகளில் பதுக்கி வைக்கப்பட்டிருக்கும் கறுப்புப் பணத்தை மீட்க 1947ம் ஆண்டிலிருந்து எவ்வித நடவடிக்கையையும் மத்திய அரசு எடுக்கவில்லை. இதில் நாங்கள் உத்தரவு வழங்கி மூன் றாண்டு ஆகியும் அதைச் செயல்படுத்த முன்வரவில்லை. வெளிநாட்டில் உள்ள கறுப்புப் பணத்தை இந்தியாவுக்குக் கொண்டு வந்திருந்தால், தனி நபர் வருமானமும், இந்தியப் பொருளாதாரமும் உயர்ந்திருக்கும். நீதிபதிகளான நாங்கள், 30 சதவிகிதம் வருமான வரி கட்டுகிறோம். இதுவும் குறைந்திருக்கும். இந்த விஷயத்தில், சிறப்புப் புலனாய்வுக் குழு அமைப்பதை எதிர்ப்பது ஏற்கமுடியாது என தள்ளுபடி செய்தது.

'வெளிநாட்டு வங்கிகளில் முடக்கப்பட்டுள்ள கறுப்புப் பணத்தை மீட்பதற்கு கடந்த 60 ஆண்டுகளாக என்ன செய்தீர்கள்? ஏன் நீதிமன்ற உத்தரவுகளைச் செயல்படுத்தவில்லை என மிகக் கடுமையான வார்த்தைகளால் கண்டித்து 90 நாள் கெடுவில் ஒரு சிறப்புப் புலனாய்வுக் குழுவை அமைக்க ஆணையிட்டது.

ஆனால் 2014 பொதுத்தேர்தல் அறிவிக்கப்பட்டுவிட்டதால் அந்தக் குழு அமைக்கப்படவில்லை. உச்ச நீதிமன்றத்தின் கோபம் உச்சகட்டத்தை எட்டியிருந்தது.

9. கறுப்புப் பணமும் உச்ச நீதிமன்றமும்

கடந்த 10 ஆண்டுகளாக இந்திய உச்ச நீதிமன்றம் சமூகம், தேச நலம், மக்கள் பாதுகாப்பு குறித்த வழக்குகளில் அரசின் போக்கைக் கடுமை யாகக் கண்டித்து வருவதைப் பார்க்கிறோம். ஜனநாயகத்தின் நான்கு தூண்களில் ஒன்றாக வர்ணிக்கப்படும் நீதித்துறையின்மீது ஆட்சியாளர் களைவிட மக்களுக்கு அதிக நம்பிக்கை எழுந்திருக்கிறது. சுதந்தர இந்தியாவின் வரலாற்றில் அரசின் மெத்தனத்துக்காகவும், ஊழல் குற்றச்சாட்டுகளைச் சரியாகக் கையாளவில்லை என்பதற்காகவும் உச்ச நீதிமன்றத்தின் கதவுகள் தட்டப்பட்டிருப்பது கடந்த 5 ஆண்டுகளில் தான் அதிகம்.

இந்தியாவின் பிரபல மூத்த வழக்கறிஞர்களில் ஒருவரான ராம் ஜெத்மலானி முன்னாள் நாடாளுமன்ற உறுப்பினர் ஆவார்.2009ம் ஆண்டு வாஜ்பாய் அரசில் சட்ட அமைச்சராக இருந்தவர். இவருடன் கோபால் சர்மா,பேராசிரியர் தத்தா,கே.பி.எஸ். கில், திருமதி வைத்தியா ஆகியோர் இணைந்து கறுப்புப் பண விவகாரத்தில் யூபிஏ அரசு மிக மெத்தனமாக இருக்கிறது, எந்த நடவடிக்கையும் எடுக்கப்படவில்லை, அதைச் செய்ய ஒரு சிறப்பு புலனாய்வுக் குழுவை அமைக்க கட்டளை இடவேண்டுமென்று ஒரு வழக்கை உச்ச நீதிமன்றத்தில் தொடர்ந்திருந்தனர். உச்ச நீதிமன்றக் கண்காணிப்பில் சிறப்புப் புலனாய்வு என்பது சிலகாலம் முன்பு உச்ச நீதிமன்றம் கண்டுபிடித்திருக்கும் ஒரு புதிய விஷயம். இப்படி அமைக்க சட்டப்பிரிவுகள் இல்லை. ஆனால் உச்ச நீதிமன்றத்தின் அதிகாரத்தின் கீழ் ஏற்படுத்தப்படும் ஒரு நிர்வாக அமைப்பு அந்த மாதிரியான ஒரு புலானாய்வைக் கோரியது ஜெத் மலானி குழுவால்தான்.

யூபிஏ அரசு சட்டப்புத்தகத்தின் ஓட்டைகளையெல்லாம் ஆராய்ந்து அப்படி ஒரு குழு அமைப்பதைத் தவிர்த்தது, அல்லது தாமதப் படுத்தியது. இவ்வாறு சிறப்புப் புலனாய்வுக் குழு அமைப்பது நிர்வாக இயந்திரத்தின் செயல் வரம்புக்குள் தலையிட்டுச் சீர்குலைப்பதாகும்

என்றும், இந்தத் தீர்ப்பை மீளாய்வு செய்யவேண்டும் என்றும் உச்ச நீதிமன்றத்திடம் மத்திய அரசு சீராய்வு மனு செய்தது. அதைத் தள்ளுபடி செய்து 2011 ஜூலையில் கறுப்புப் பணத்தை மீட்க சிறப்புப் புலனாய்வுக் குழு அமைப்பது தொடர்பான உத்தரவை உச்ச நீதிமன்றம் பிறப்பித்தது. ஆனாலும் உடனடியாக இதனை நிறைவேற்றாமல் அரசு காலம் கடத்திக்கொண்டிருந்தது.

ஜனவரி 19, 2011 அன்று உச்ச நீதிமன்றத்தில் வழக்கு விசாரணைக்கு வந்தபோது லீசென்ஸ்டைன் வங்கியில் 18 இந்தியர்கள் 43.83 கோடி ரூபாய் பணம் போட்டிருப்பதாகவும், அதற்கு 24.26 கோடி ரூபாய் வரியும் அபராதமும் செலுத்துமாறு கேட்டிருப்பதாகவும் மத்திய அரசு கூறியது.

மேற்படி இந்தியர்களின் பெயரை வெளியிட்டால் அது நாடுகளுக்கு இடையிலான உறவைப் பாதிக்கும்.அதன்பின் எந்த விவரத்தையும் பெற இயலாத சூழல் எற்படும். லீசென்ஸ்டைன் உள்ளிட்ட பல நாடு களுடன் இரட்டை வரிவிதிப்பு தவிர்ப்பு ஒப்பந்தம் இருப்பதால், அதன் அடிப்படையில் நடவடிக்கை எடுத்து வருகிறோம் என்றார் சொலிசிடர் ஜெனரல் கோபால் சுப்ரமணியம்.

‘அந்தப் பட்டியல்கள் சம்பந்தப்பட்ட வங்கிகளால் அதிகாரபூர்வமாக அளிக்கப்பட்டவை அல்ல என்பதால், இதை வைத்துக் கொண்டு சம்பந்தப்பட்டவர்கள் மீது நடவடிக்கை எடுக்க முடியாது.’ என்றார். பின்னர் கறுப்புப் பண விவகாரம் தொடர்பாக வெளிநாடுகளில் இருந்து 36 ஆயிரம் தகவல்களைப் பெற்றுள்ளோம். ஆனால், அந்தப் பட்டியலை வெளியிட மாட்டோம் என்று சொல்லித்தான் அந்தத் தகவல்களைப் பெற்றுள்ளோம். அந்தத் தகவல்களை இப்போது வெளியிட்டால், இதற்குப் பின் எந்தத் தகவலையும் அந்த நாடுகள் அளிக்காது’ என்று நாடாளுமன்றத்தில் அறிவித்தார் பிரணாப் முகர்ஜி.

இது நிலைமையை மேலும் சிக்கலாக்கியது. இறுதியில் எதிர்க் கட்சிகள், மீடியாவின் அழுத்தங்களுக்குப் பணிந்து கறுப்புப் பணம் குறித்து ஒரு வெள்ளை அறிக்கையை நாடாளுமனறத்தில் 2012 மே மாதம் தாக்கல் செய்தது. 98 பக்கங்களிலான இந்த அறிக்கை மிக விரிவாக கறுப்புப் பணம் பற்றியும் அதை தடுப்பதற்கான முறைகள் பற்றியும் ஐந்து அம்ச திட்டம் பற்றியும் பேசினாலும் வெளிநாட்டில் இருக்கும் முழு கறுப்புப் பணம் பற்றி உத்தேசமாகக்கூட மதிப்பிட முடியவில்லை என்று அறிவித்து ஆச்சரியப்படுத்தியது.

2014 நாடாளுமன்றப் பொதுத் தேர்தலுக்கு சில மாதங்களுக்கு முன்பு 2014 மார்ச் மாதத்தில் சிறப்புப் புலனாய்வுக் குழுவை அமைப்பது

தொடர்பான உத்தரவைத் திரும்பப் பெற வேண்டும் என்ற மத்திய அரசின் கோரிக்கையை உச்ச நீதிமன்றம் நிராகரித்தது. லீச்டென்ஸ்டெய்னில் உள்ள எல்ஜிடி வங்கியில் கறுப்புப் பணம் வைத்திருந்த இந்தியர்கள் தொடர்பாக ஜெர்மனி அரசு அளித்த ரகசியப் பட்டியலை வெளியிட வேண்டும் என்று உச்ச நீதிமன்றம் உத்தரவிட்டது. அதற்கிணங்க 2014 ஏப்ரலில் எல்ஜிடி வங்கியில் கணக்கு வைத்திருந்த 26 பேர் பட்டியலை உச்ச நீதிமன்றத்தில் மத்திய அரசு அளித்தது. இதில், 18 பேர் மீது மட்டுமே வழக்குத் தொடர முடியும் என்றும், மீதமுள்ள 8 பேர் சட்டப்படி வங்கிக் கணக்குகளை வைத்துள்ளவர்கள் என்றும் மத்திய அரசு தெரிவித்தது. மிகப்பெரிய அளவில் பேசப்பட்ட ஒரு விஷயத்தில் மிக மெத்தனமாக நடந்துகொண்டதற்காகவும் சிறப்புப் புலானாய்வுக் குழுவை அமைக்காதது குறித்தும் கடும் கண்டனங்களை உச்ச நீதி மன்றம் தெரிவித்தது. நீதிபதிகள் கோபத்தின் உச்சத்துக்கே போய் விட்டார்கள்.

இவ்வளவுதான் கறுப்புப் பணத்தைப் பற்றிய விவரமா? நாம் பிரம்மாண்டமான தொகையைப் பற்றிப் பேசிக்கொண்டிருக்கிறோம். இந்தத் தேசம் சூறையாடப்படுகிறது. இது கற்பனைக்கு எட்டாத குற்றம். இது கலப்படமில்லாத திருட்டு. இந்தப் பிரச்னை நாடுகளுக்கு இடையிலான ஒப்பந்தங்களைப் பற்றியதல்ல. இது எங்களுக்குப் பெரிதும் கவலையளிக்கிறது என்றனர் சுதர்சன் ரெட்டி, எஸ்.எஸ்.நிஜ்ஜார் ஆகிய நீதிபதிகள். தங்களது உத்தரவை செயல்படுத்தாததன் மூலம் நீதிமன்ற அவமதிப்பில் மத்திய அரசு ஈடுபடுவதாகவும் விமரிசனம் எழுந்தது.

இதன் தொடர்ச்சியாக கறுப்புப் பணத்தைப் புலனாய்வு செய்து கண்டுபிடிப்பதற்காக ஜுலை 4, 2011 அன்று ஓய்வு பெற்ற உச்ச நீதிமன்ற நீதிபதிகள் ஜீவன் ரெட்டி, எம்.பி.ஷா ஆகியோர் தலைமையில் ஒரு சிறப்புப் புலனாய்வுக் குழுவை அமைப்பதாக உத்தரவிட்டது.

காமன்வெல்த், ஆதர்ஷ், அலைக்கற்றை ஊழல் என்று அடுக்கடுக்கான ஊழல் குற்றச்சாட்டுகளாலும், அண்ணா ஹசாரேவின் ஊழலுக்கு எதிரான போராட்டங்களுக்கு எழுந்த ஆதரவு அலைகளாலும் காங்கிரஸ் அரசு கலக்கமடைந்தது. இத்துடன் உச்ச நீதிமன்றத்தின் கண்டனமும் சேர்ந்துகொண்டது. தேர்தலும் அப்போது அறிவிக்கப் பட்டுவிட்டதால், பதவிக்கு வரும் அரசு அதைச் செய்யும் என்று காங்கிரஸ் தலைமையிலான அரசாங்கம் அறிவித்தது.

2014, மே மாதத்தில் பாஜக கூட்டணி அரசு ஆட்சிக்கு வந்த 3 நாள்களில் உச்ச நீதிமன்ற உத்தரவின்படி கறுப்புப் பணத்தை மீட்க சிறப்புப் புலனாய்வுக் குழு அமைக்கப்பட்டது. அந்தக் குழுவில் இடம் பெற்றிருப்பவர்கள்:

1. எம்.பி.ஷா, உச்ச நீதிமன்ற முன்னாள் நீதிபதி, தலைவர்.
2. அரிஜித் பசாயத், உச்ச நீதிமன்ற முன்னாள் நீதிபதி, துணைத் தலைவர்.
3. மத்திய வருவாய் துறை செயலர்.
4. ரிசர்வ் வங்கி துணை கவர்னர்.
5. புலனாய்வுத் துறை (ஐ.பி.) இயக்குநர்.
6. மத்திய அமலாக்கப் பிரிவு இயக்குநர்.
7. சிபிஐ இயக்குநர்.
8. மத்திய நேரடி வரிகள் வாரியத் தலைவர்.
9. மத்திய நேரடி வரிகள் வாரிய இணைச் செயலர்.
10. 'ரா' அமைப்பின் இயக்குநர்.
11. போதைப்பொருள் தடுப்புப் பிரிவு இயக்குநர்.
12. வருவாய் புலனாய்வுத் துறை இயக்குநர்.
13. நிதிப் புலனாய்வுத் துறை இயக்குநர்.

பாஜக எதிர்க்கட்சியாக இருந்தபோது கறுப்புப் பண விவகாரம் அவர்களுடைய தேர்தல் அறிக்கையில் இடம் பிடித்திருந்தது. கறுப்புப் பணத்தை மீட்பதில் ஆர்வம் காட்டிவந்த கட்சியாக அது அப்போது பலரால் பார்க்கப்பட்டது. ஆனால் ஆட்சியில் அமர்ந்ததும் அவர்கள் செய்த காரியம் இந்தியாவையே ஆச்சரியத்தில் ஆழ்த்தியது. கறுப்புப் பணத்தைப் பதுக்கி வைத்திருப்பவர்களின் பெயர்ப் பட்டியலை வெளியிட வேண்டும் என்ற ஆணையைத் திரும்பப் பெற வேண்டும் என உச்ச நீதிமன்றத்தில் மனு செய்தார்கள். ஆனால் கோரிக்கையை ஏற்பதற்கில்லை; உடனே பட்டியலைப் சமர்ப்பிக்க வேண்டும் என நீதிமன்றம் ஆணையிட்டது.

2014, அக்டோபர் மாதத்தில் கறுப்புப் பணம் வைத்துள்ளவர்கள் தொடர்பாக தன்னிடம் உள்ள பட்டியலை வெளியிடத் தயார் என்று உச்ச நீதிமன்றத்தில் மத்திய அரசு தெரிவித்தது. அதே சமயம், ரகசியம் காக்கப்படவேண்டும் என்ற ஒப்பந்தத்தின்படி பகிரங்கமாக வெளியிட முடியாது என்றும் தெரிவித்தது. முந்தைய காங்கிரஸ் அரசும் இதே நிலைப்பாட்டை எடுத்திருந்தது. அதை அன்று எதிர்த்தவர்கள் ஏன் இன்று அதையே செய்கிறார்கள் என மக்கள் திகைத்தனர்.

கறுப்புப் பணம் மீட்பு தொடர்பாக 2011ஜூலையில் பிறப்பித்த உத்தரவில் மாற்றம் செய்யவேண்டும் என்று பாஜக கூட்டணி அரசு உச்ச நீதிமன்றத்தில் முறையீடு செய்தது. ரகசியம் காக்கப்படும் என்ற உத்தரவாதத்தைத் தராவிட்டால், கறுப்புப் பணம் வைத்திருப்போரின் பட்டியலை அளிப்பது தொடர்பான ஒப்பந்தத்தை ஏற்படுத்த வெளிநாடுகள் முன்வராது என்று மத்திய அரசு கருத்துத் தெரிவித்தது.

உச்ச நீதிமன்றம் அசைந்து கொடுக்கவில்லை. பட்டியல் சமர்பிக்கப்பட வேண்டும் என்று கண்டிப்பாகக் கூறியது. இறுதியில் 2014 அக்டோபர் 27 அன்று கறுப்புப் பணம் வைத்திருப்போர் பட்டியலில் இடம் பெற்றுள்ள 3 பேரின் பெயர்களை மத்திய அரசு, உச்ச நீதிமன்றத்தில் தெரிவித்தது. இந்தியா முழுவதும் நகைத்த விஷயம் இது. லட்சகணக் கான கோடிகள், ஆயிரக்கணக்கான நபர்கள் என்று 10 ஆண்டுகளாக பேசபட்டுவந்த கறுப்புப் பண விஷயத்தில் இறுதியில் அரசாங்கம் அறிவித்த பெயர்கள் வெறும் மூன்று மட்டுமே என்றால் நகைக்க மாட்டார்களா?

வெளிநாட்டு வங்கிகளில் கணக்கு வைத்திருந்த தொழிலதிபர்கள் பிரதீப் பர்மன், ராதா டிம்ளோ, பங்கஜ் சிமன்லால் லோதியா ஆகியோரது பெயர்களை உச்ச நீதிமன்றத்தில் மட்டும் மத்திய அரசு தாக்கல் செய்தது. மற்றவர்கள்மீது விசாரணை நடப்பதாகவும், வரி ஏய்ப்பு செய்ததற்கான ஆதாரங்கள் இருந்தால் மட்டுமே அவர்களது பெயர்கள் தெரிவிக்கப்படும் என்று சொல்லப்பட்டது. அதனால், கறுப்புப் பணப் பட்டியலில் உள்ள அனைவரது பெயர்களையும் தாக்கல் செய்யும்படி, ஐ.மு. கூட்டணி அரசுக்கு உச்ச நீதிமன்றம் முன்பு பிறப்பித்த உத்தரவில் மாற்றம் செய்யவேண்டும் என்றும் மத்திய அரசு கேட்டுக்கொண்டது.

இதற்குக் கடும் கண்டனம் தெரிவித்த தலைமை நீதிபதி எச்.எல். தத் தலைமையிலான பெஞ்ச், ‘வெளிநாட்டு வங்கிகளில் கணக்கு வைத்திருப்பவர்களைப் பாதுகாக்க நீங்கள் குடை பிடிக்க வேண்டாம். பட்டியலில் உள்ள அனைவரது பெயரையும் உடனே எங்களிடம் கொடுங்கள். எஸ்.ஐ.டி விசாரணைக்கு நாங்கள் உத்தரவிடுகிறோம்’ என்று கடும்கோபத்துடன் ஆணையிட்டது. இந்தக் கடுமையான உத்தரவை அடுத்து சுவிட்சர்லாந்தில் ஹெச்எஸ்பிசி வங்கியில் கடந்த 2006ம் ஆண்டு கணக்கு வைத்திருந்த 628 பேரின் பட்டியலை மத்திய அரசு சீல் செய்த கவரில் தாக்கல் செய்தது. அந்தப் பட்டியலை நீதிபதி எம்.பி.ஷா தலைமையிலான எஸ்.ஐ.டி விசாரணைக்கு உச்ச நீதிமன்றம் அனுப்பியது. அதைப் பெற்றுக்கொண்ட குழுவின் தலைவர் சொன்னது பரபரப்பான சினிமாவின் உச்சகட்டம் போலிருந்தது.’ இந்தப் பட்டியலை அரசு எங்களிடம் ஏற்கெனவே தந்திருக்கிறது.’

இது குறித்து வருமான வரித் துறை அதிகாரிகள் உதவியுடன் எஸ்.ஐ.டி 150 விசாரணைகளையும் ஆய்வுகளையும் மேற்கொண்டது. அதில் பல அதிர்ச்சி தகவல்கள் வெளியாகியுள்ளன. மத்திய அரசு தாக்கல் செய்த பட்டியலில் 289 பேரின் கணக்குகளில் ஒரு பைசாகூட இருப்பு இல்லை என்பது எஸ்.ஐ.டி விசாரணையில் கண்டுபிடிக்கப்பட்டுள்ளது. மேலும் 122 பேரின் பெயர்கள் இரு முறை அச்சிடப்பட்டுள்ளது. பட்டியலில்

மீதம் உள்ளவர்கள் எப்போது வங்கி கணக்கு தொடங்கினர், அவர்களுடைய பண பரிவர்த்தனைகள் என்ன என்பது பற்றி எந்த விவரமும் இல்லை. இதனால் வெளிநாட்டு வங்கியில் கணக்கு வைத்திருப்பவர்கள்மீது நடவடிக்கை எடுப்பதில் எஸ்.ஐ.டி.க்கு பெரும் சவால் எழுந்துள்ளது.

உச்ச நீதிமன்றத்தில் மத்திய அரசு தாக்கல் செய்த பட்டியல் நிறைய சந்தேகங்களையும் ஏமாற்றத்தையும் ஏற்படுத்தியிருக்கிறது. இந்த விசாரணையை எஸ்.ஐ.டி 2015 மார்ச் மாதம் இறுதிக்குள் முடிக்க வேண்டும் என உச்ச நீதிமன்றம் கெடு விதித்துள்ளது. இன்னும் 300 பேரிடம் எஸ்.ஐ.டி விசாரணையைத் தொடங்க வேண்டும். இரட்டை வரி விதிப்பு தவிர்ப்பு மற்றும் வரித்தகவல்களைப் பகிர்ந்து கொள்ளும் ஒப்பந்தம் செய்யப்பட்ட நாடுகளுடன் மீண்டும் பேச்சுவார்த்தை நடத்தி, கூடுதல் தகவல்களைப் பெற்றுத் தரும்படி மத்திய அரசிடம் எஸ்.ஐ.டி வேண்டுகோள் விடுத்துள்ளது. இந்த நடவடிக்கைகளை ஏற்கெனவே தொடங்கி உள்ளதாகவும், 75 நாடுகளிடம் மறு பேச்சுவார்த்தை நடத்தப்பட்டுள்ளதாகவும் எஸ்.ஐ.டி.யிடம் நிதித்துறை அமைச்சகம் சொல்கிறது.

சுருக்கமாகச் சொல்வதானால் சிறப்புப் புலனாய்வுக் குழு அரசின் ஒத்துழைப்பில்லாமல் செயல்படமுடியாது.2ஜி வழக்கில் ஒரு குழு சிறப்பாகச் செயலாற்றியதால் இப்போது உச்ச நீதிமன்றம் இது போன்ற குழுக்களை நியமிக்கிறது. ஆனால் கோல்கேட் விஷயத்தை அவர்கள் கையாண்டதைப் பார்த்தபோது எல்லாக் குழுக்களும் ஒரே தரத்தில் இருக்கப் போவதில்லை என்பது புரிந்தது. இந்தக் குழுவில் இருக்கும் 13 உறுப்பினர்களில் தலைவரைத் தவிர மற்றவர்கள் அரசாங்கச் செயலர்கள். இவர்கள் எப்போது வேண்டுமானலும் பதவி உயர்வு, மாற்றம் பெறும் நிலையில் இருப்பவர்கள். இந்த அதிகாரிகள் அனைவரும் ஒரு கட்டத்தில் இந்தப் பிரச்னையில் தீவீரமாக இருந்து அரசு துணிவுடன் செயல்படாததைக் கண்டு அல்லது நிர்ப்பந்தம் காரணமாக ஒதுங்கியிருப்பவர்கள். விஷயத்தின் முழுக் கனத்தையும் அதன் பின்னால் உள்ள அரசியலையும் நன்கு அறிந்தவர்கள். ஆனால் பல்துறைகளின் ஒருங்கிணைந்த செயல்பாடு என்பது இந்திய அதிகார வர்க்கத்தினரிடையே தோற்று போன ஒரு விஷயம். மேலும் இந்தக் குழுவின் செயல் திட்டம் (டெர்ம்ஸ் ஆஃப் ரெஃபரன்ஸ்) அறிவிக்கப் படவில்லை. அவை வெளிப்படையாக அறிவிக்கப்படுமா என்றும் தெரியவில்லை. இவற்றையெல்லாம் பார்க்கும்போது மோடி அரசு உச்ச நீதிமன்ற ஆணையைப் பயன்படுத்திக்கொண்டு முந்தைய அரசைப்போலத் தாமதப்படுத்தி அவப்பெயரைப் பெற விரும்பாமல்

மக்களின் செல்வாக்கைப் பெற அவசர கதியில் இப்படி ஒரு வலுவில்லாத குழுவை, தெளிவில்லாத கட்டளைகளுடன் அமைத்து விட்டதோ என எண்ணத் தோன்றுகிறது.

கடந்த 2010-11 ஆம் நிதியாண்டில் ஏப்ரல் முதல் அக்டோபர் வரை 2,190 சோதனைகள் நடத்தப்பட்டுள்ளன என்றும் 3,887 கோடி ரூபாய் வரி ஏய்ப்பு கண்டுபிடிக்கப்பட்டுள்ளது என்றும் அரசு நாடாளுமன்றத்தில் பதிவு செய்திருக்கிறது. 3,887 கோடி ரூபாய் வரி ஏய்ப்பைக் கண்டுபிடிக்க ஒரு வருடம் ஆகியிருக்கிறது என்றால், 70 லட்சம் கோடிக்கு எத்தனை வருடங்கள் ஆகும் என்று பிரமிப்பாக இருக்கிறது.

இந்திய அரசு அப்படிக் கண்டுபிடித்துவிடுவதாகவே வைத்துக் கொள்வோம். வருமானவரித்துறை என்ன செய்யும்? சுவிட்சர்லாந்தில் உள்ள ஹெச்எஸ்பிசி வங்கியில் 700 இந்தியர்கள் ரகசியக் கணக்கு விவரங்கள் உண்மை என்று அந்த வங்கியோ, அந்நாட்டு அரசோ சாட்சியமளிக்காமல் அதை குற்றம் என இந்திய நீதிமன்றத்தில் நிரூபிக்க முடியாது. அப்படியே நிரூபிக்கப்பட்டாலும் சுவிஸ் வங்கியில் ரகசியக் கணக்கு வைத்துக் கொள்வதே கிரிமினல் குற்றம் என்று இந்தியச் சட்டம் சொல்லவில்லை. சுவிஸ் வங்கியில் போட்டு வைத்திருக்கும் பணத்துக்கு வருமான வரி கட்டவில்லை என்பதுதான் அந்தக் கறுப்புப் பணம் தொடர்பாக இந்திய அரசு சுமத்துகின்ற குற்றம்.

இந்தக் குற்றச்சாட்டின் அடிப்படையில் அவர்களுடைய சுவிஸ் வங்கிக் கணக்கை இந்திய அரசால் முடக்க முடியாது. ஏனென்றால் சுவிஸ் நாட்டின் சட்டப்படி, வரிஏய்ப்பு என்பது குற்றமல்ல. அது மட்டுமல்ல, உலக வர்த்தகக் கழகத்தின் விதிமுறைகளுக்கு ஏற்ப, அந்நியச் செலாவணி தொடர்பான மோசடிகளை கிரிமினல் குற்றமாகக் கருதிய இந்தியாவின் பெரா (FERA) சட்டத்தை, 1999 இல் பெமா (FEMA) என்ற உரிமையியல் சட்டமாக மாற்றிவிட்டது.

இந்த நிலையில் இதை எப்படிச் செய்யமுடியும் என வியப்பாக இருக் கிறது. ஆனாலும் சவுக்கைச் சுழற்றியிருக்கும் நாட்டின் உச்ச நீதிமன்றம் 2015 மார்ச் மாதத்துக்குள் அறிவிக்க வேண்டுமென சிறப்புப் புலானய்வு குழுவுக்கு ஆணையிட்டிருக்கிறது.

ஒழுங்காக வரிகட்டும் சதாரண இந்தியக் குடிமகன் உச்ச நீதிமன்றத்தின் மீது நம்பிக்கை வைத்து உண்மைநிலையை அறிய காத்திருக்கிறான்.

10. சமூக நீதியும் 60,000,000,000,000 ரூபாயும்

தசமங்களைக் கணக்கிட்டு இந்த எண்ணைப் படிக்க 30 வினாடிகள் ஆகலாம். அது 6 லட்சம் கோடிகள் என்று புரிந்துகொள்வதற்குள் இந்தியாவிலிருந்து உலகின் ஏதோ ஒரு மூலைக்கு ஏதோ ஓர் அளவில் கறுப்புப் பணம் பறந்திருக்கும்.

இந்தியாவில் இருந்து வெளிநாடுகளுக்கு அனுப்பப்படும் கறுப்புப் பணத்தின் அளவு 2003ம் ஆண்டு ரூ.60,000 கோடியாக இருந்தது. இது கடந்த 2012ம் ஆண்டில் ரூ.5,68,200 கோடியாக அதிகரித்துள்ளது. இது 9 ஆண்டுகளில் 9 மடங்கு உயர்ந்திருக்கிறது. வளரும் நாடுகளில் இருந்து வெளியேற்றப்படும் கறுப்புப் பணம் என்ற தலைப்பில் வாஷிங்டனைத் தலைமையிடமாகக் கொண்ட குளோபல் பைனான்ஷியல் இன்டகிரிடி (ஜிஎஃப்ஐ) நிறுவனம் சமீபத்தில் அளித்த அறிக்கையில் இந்த விவரங்கள் இடம்பெற்றுள்ளன.

கடந்த 10 ஆண்டுகளில் கறுப்புப் பணம் வெளியேறிய நாடுகளின் பட்டியலில் இந்தியாவுக்கு நான்காவது இடம் என்றும் 2012 ஆம் ஆண்டு கறுப்புப் பண நாடுகளின் பட்டியலில் முதல் 5 இடங்களில் இந்தியா 3 வது இடத்திலிருக்கிறது எனவும் அறிவித்திருக்கிறது. இதில் கவனிக்க வேண்டிய முக்கியமான விஷயம் 2012ல் வெளியேறிருக்கும் கறுப்புப் பணம் அதற்கு முந்தைய ஆண்டைவிட அதிகம். அந்த காலகட்டத்தில்தான் இந்தியாவில் கறுப்புப் பணம் மீட்பு, ஒழிப்பு பற்றி அதிகம் விவாதிக்கப்பட்டிருக்கிறது. இது குறைந்தபட்ச மதிப்பீடு. இதில் மனிதர்கள்மூலம் கடத்துவது, போதைப்பொருள் விற்பனை, ஏற்றுமதி வியாபாரங்களில் ஏமாற்றுவது போன்றவை சேர்க்கப்பட வில்லை என்கிறார் இந்த அறிக்கையைத் தயாரித்திருக்கும் தேவ் கர். இவர் ஜிஎஃப்ஐயின் தலைமைப் பொருளாதார வல்லுனர்.

இந்தியாவில் கறுப்புப் பணம் வளர முக்கியக் காரணம் அங்கு தவிர்க்க முடியாமல் பெரிய அளவில் வளர்ந்துகொண்டிருக்கும் லஞ்ச ஊழல் என்கிறார் இவர். உலக அளவில் கறுப்புப் பணத்தில் லஞ்சப்பணம் மிகக் குறைவானது என்பது உண்மையானாலும் இந்தியாவில் அது முக்கிய இடத்திலிருக்கிறது என்கிறார் தேவ் கர். இந்தக் கருத்தை மற்றொரு ஆவணம் உறுதி செய்கிறது. பேராசிரியர் விவேக் தேப்ராய் மற்றும் லவீஷ் பண்டாரி எழுதிய இந்தியாவில் ஊழல் - டிஎன்ஏ மற்றும் ஆர்என்ஏ என்ற புத்தகத்தில் இந்தியாவின் பொது அதிகாரிகள் 92,122 கோடி ரூபாய் (18.42 பில்லியன் டாலர்), அல்லது மொத்த உள்நாட்டு உற்பத்தியில் 1.26 சதவிகிதத்தைப் பதுக்கி வைத்திருக்கலாம் என்று கூறுகிறார்.

போக்குவரத்துத் துறை, ரியல் எஸ்டேட் மற்றும் அரசு சேவைகள் இம்மூன்றில்தான் அதிகப்படியான ஊழல் நடக்கிறது என்கிறது இந்தப் புத்தகம். 2011இல் கேபிஎம்ஜியால் நடத்தப்பட்ட ஓர் ஆய்வின்படி ரியல் எஸ்டேட், தகவல் தொடர்பு மற்றும் அரசாங்க சமூக நலத் திட்டங்கள் மூன்றும்தான் இந்தியாவின் ஊழல் மிகுந்த துறைகள்.

சிஎம்எஸ் இந்தியா என்ற தன்னார்வ நிறுவனத்தின் 2010ம் ஆண்டு அறிக்கையில், கிராமப்புற மற்றும் நகர்ப்புற ஏழைகள்தான் ஊழலினால் மிக அதிகமாக பாதிக்கப்படுகிறார்கள் என்று குறிப்பிடப் பட்டிருந்தது. இந்த ஊழல்கள்தான் கறுப்புப் பணத்தின் ஊற்றுக்கண். இதிலிருந்துதான் கறுப்புப் பணத்தின் பயணம் தொடங்குகிறது.

ஊழல்	ஆண்டு	ஊழல் செய்யப்பட்ட இடம், தொகை	செய்தவர்கள்	குறிப்பு
இந்திய நிலக்கரிச் சுரங்க ஒதுக்கீட்டு முறைகேடு	2012	இந்தியா, 1,85,591 கோடி	நிலக்கரி அமைச்சகம், தனியார் நிறுவனங்கள்	நிலக்கரிச் சுரங்கம் ஏலம் விடப்படாமல் தனியார் நிறுவனங் களுக்கு ஒதுக்கப்பட்டது
வக்பு வாரிய நிலமோசடி	2012	கர்னாடகம், 2,00,000 கோடி	38 காங்கிரஸ் அமைச்சர்கள்	வக்பு வாரிய நிலங்கள் ஆக்கிரமிக்கப்பட்டுள்ளன மற்றும் விற்கப் பட்டுள்ளன. சிறுபான்மை நல வாரியத் தலைவரான மனிப்பாடியால் 7500 பக்க ஆவணம் சமர்ப்பிக்கப்பட்டுள்ளது

உத்தரப்பிரதேசம் தேசிய ஊரக சுகாதாரத் திட்டம்	2012	உத்தரப்பிரதேசம், 10,000 கோடி	மாயாவதி	இந்த ஊழலைப்பற்றி விசாரணை நடக்கும் போது 6 மருத்துவ அதிகாரிகள் கோல்லப் பட்டனர்.
இரண்டாம் தலைமுறை அலைக்கற்றை முறைகேடு	2010	இந்தியா, 1,76,000 கோடி	நிரா ராடியா, ஆ. ராசா, கனிமோழி, தொலை தொடர்பு நிறுவனங்கள்	அலைக்கற்றை உரிமம் சட்டத்துக்குப் புறம்பாக குறைந்த கட்டணத்தில் தனியார் நிறுவனங் களுக்கு ஒதுக்கப்பட்டது
உணவு தானிய ஊழல்	2003	உத்தரப்பிரதேசம், 35,000 கோடி	மாயாவதி, முலாயம் சிங் யாதவ்	ஏழைகளுக்கான உணவு தானியத்தை வெளிச் சந்தையில் விற்றது தொடர்பாக மத்திய புலனாய்வுத் துறை 10 ஆண்டுகளாக விசாரித்து வருகிறது
காமன்வெல்த் விளையாட்டு ஊழல்	2010	இந்தியா, 3,500 கோடி	சுரேஷ் கல்மாடி	விளையாட்டுப் போட்டி ஏற்பாடுகளில் ஊழல் செய்தது.

இந்தியாவின் சமீபத்திய பெரிய ஊழல்களின் பட்டியில் இது. இதில் ஊழல் செய்யப்பட்டிருக்கும் பணமாக சொல்லப்பட்டிருக்கும் மொத்தப் பணத்தில் குறைந்தபட்சம் 10 சதவிகிதமாவது கறுப்புப் பணமாக நாட்டைவிட்டுவெளியேறியிருக்கும் என்பது ஒரு மதிப்பிடு.

தனிமனிதர்கள் அல்லது நிறுவனங்களின் அபிரிமிதமான லாபம், வரி ஏய்ப்பு, குற்றச்செயல் போன்றவற்றையெல்லாம் தாண்டி ஒரு மிகப் பெரிய சமூக அநீதியாக கறுப்புப் பணம் மாறிக்கொண்டிருக்கிறது. இந்தப் பணத்தில் பாதியளவு கணக்கில் காட்டப்பட்டு வரி செலுத்தப் பட்டிருந்தால்கூட அது சாமானியனின் வரிச்சுமையைக் குறைத் திருக்கும். சமூக அடித்தட்டு மக்களுக்குச் சேர வேண்டிய சமூக நலத்திட்டங்களுக்கும் உதவியிருக்கும்,

திட்டமிடுதல், பணக் கொள்கை, நிதிக் கொள்கை ஆகியவற்றால் எதிர்பார்த்த இலக்குகளை எட்டமுடிவதில்லை. மக்கள் நலத்திட்டங் களில் திட்டமிடப்பட்டுள்ள இலக்குகளை அடையமுடிவதில்லை. செயற்கையாகப் பற்றாக்குறை ஏற்படுகிறது. உற்பத்தியைப் பெருக்காத, பொருளாதாரத்தில் நேரடியாக வளர்ச்சியை ஏற்படுத்தாத

தங்கம், நிலம் ஆகியவற்றில் பெருமளவில் முதலீடுகள் போய்ச் சேர்கின்றன.

அந்நிய நாட்டில் செய்யப்படும் முதலீடால் இந்தியாவில் உற்பத்தியும் வேலை வாய்ப்பும் குறைகிறது. நம்முடைய பணத்தை வெளிநாடுகளில் விட்டுவிட்டு பன்னாட்டு நிறுவனங்களை இந்தியாவில் முதலீடு செய்ய அவர்களுக்குச் சலுகைகளையும் அளித்து வரவேற்கிறோம். இத்தகைய சலுகைகளை அளிப்பதன்மூலம் சர்வதேச நிதியங்கள் நமது அரசின் பொருளாதாரக் கொள்கைகளைக் கட்டுப்படுத்துவதற்கும் வழி ஏற்படுகிறது. இக்காரணங்களால் பொருளாதார வளர்ச்சி குறைவதுடன் ஏற்றத்தாழ்வுகளும் அதிகரிக்கின்றன.

சொத்து மற்றும் ரியல் எஸ்டேட் விலைகள் பல மடங்கு உயர்வதற்கும் பின்னணியாக இருப்பது கறுப்புப் பணம்தான். அதுமட்டுமில்லாமல், இந்தியாவில் பயங்கரவாதத்தை ஊக்குவிக்கவும், குற்றச்செயல்களைத் தூண்டவும், பங்குச்சந்தையைமுடமாக்கவும் கறுப்புப்பணம் பயன்படுகிறது. தேர்தலில் வாக்காளர்களுக்கு வாரி வழங்கப்படுவது கறுப்புப் பணம்தான். அரசியல் கட்சிகளைச் சேர்ந்தவர்கள் போஸ்டர் ஒட்டுவதில் தொடங்கி, கட்சிகளை, மந்திரிகளை, அமைச்சர்களை விலைக்கு வாங்குவது வரை அனைத்துக்கும் கறுப்புப் பணமே பயன்படுத்தப்படுகிறது. கூட்டணிக் கட்சிகளின் தேர்தல் செலவுக்குப் பெரிய கட்சிகள் அளிக்கும் பெருந்தொகையும் கறுப்புப் பணம் தான்.

குறிப்பாக, தீவிரவாத இயக்கங்களுக்கு கறுப்புப் பணம் உதவுகிறது. அவர்களுக்கு எவரும் வெளிப்படையாக நன்கொடைகள் கொடுப்பதில்லை. ஆனால் எல்லாத் தீவிரவாத இயக்கங்களும் பெருமளவில் பண பரிவர்த்தனை செய்கிறது. புதிய இஸ்லாம்தேசத்தை உருவாக்க தீவிரவாதத்தில் இறங்கியிருக்கும் அமைப்பான ஐஎஸ்ஐஎஸ் இன்று உலகிலேயே பணக்கார இயக்கம். இந்த அமைப்புக்கு இப்போது இரண்டு பில்லியன் டாலர் சொத்து மதிப்பு இருக்கலாம் என்பது அமெரிக்க சிஐஏவின் மதிப்பீடு. இதை எப்படிச் சேர்த்தார்கள் என்பதை அமெரிக்க உளவு நிறுவனங்கள் மிகத் திறமையாகக் கண்டுபிடித்தன. சமீபத்தில் ஹாங்காங் ஷாங்காய் பாங்கிங் கார்ப்பரேஷன் (ஹெச்எஸ்பிசி) என்ற பிரிட்டிஷ் வங்கியின் மீது அமெரிக்க அரசு பல குற்றச்சாட்டுகளை அடுக்கியிருக்கிறது. அந்தப் பன்னாட்டு வங்கி மெக்சிகோவைச் சேர்ந்த போதை மருந்து மாஃபியாவின் கறுப்புப் பணத்தை அமெரிக்காவுக்குள் முதலீடு செய்திருக்கிறது என்பது குற்றச்சாட்டு. சுமார் 700 கோடி டாலரை காகிதப் பணமாகவே மெக்சிகோவிலிருந்து அமெரிக்காவுக்குள் கடத்தி வந்திருக்கிறது. சவுதியைச் சேர்ந்த இஸ்லாமிய பயங்கரவாதிகளின் வங்கிக் கணக்கையும் இது

பேணுகிறது. அங்கிருந்து இவர்களுக்குப் போகிறது. இதில் நம்மை அதிர வைக்கும் விஷயம் பணம் இந்தியா வழியாகவும் போகிறது என்பதுதான்.

இந்த நிலை இந்தியாவில் மட்டுமில்லை, உலகளவில் பரவிக்கொண்டிருக்கிறது என்கிறார் ரேமெண்ட் பேக்கர். இவர் ஜிஎஃப்ஐ (குளோபல் ஃபினான்ஷியல் இண்டகிரிட்டி) அமைப்பின் தலைவர். உலகம் அறிந்த பொருளாதார மேதை. உலகின் வளர்ந்துகொண்டிருக்கும் மற்றும் வளராத நாடுகளிலிருந்து 2012ஆம் ஆண்டு மட்டும் 991.2 பில்லியன் டாலர் (1 பில்லியன் = 100 கோடி) கறுப்புப் பணமாக வெளியேறி இருக்கிறது. இது அந்த நாடுகள் வெளிநாடுகளிலிருந்து அந்த ஆண்டு பெற்ற மூதலீடுகளை விட (789.4 பில்லியன் டாலர்கள்) அதிகம். தென்கிழக்கு ஆசியா, ஆப்பிரிக்கா போன்ற நாடுகளில் இது அதிகரித்திருக்கிறது. அந்தப் பகுதிகளின் அடிப்படை வளர்ச்சிக்குத் தேவையான மூதலீடுகள் மறுக்கப்பட்டு கடத்தப்பட்டிருக்கிறது என்கிறார் ரேமெண்ட் பேக்கர்.

திருமதி. ஈவா ஜா ஐரோப்பிய யூனியனில் நாடாளுமன்ற உறுப்பினர். இவர் ஆப்பிரிக்க நாடுகள் பொருளாதாரம் எப்படி உலகமயமாதல் கொள்கைகளினால் சீரழிந்து கொண்டிருக்கிறது என ஒரு புத்தகம் எழுதிக்கொண்டிருக்கிறார். அதன் ஒரு பகுதி வெளியாகியிருக்கிறது. SEZ என்று அழைக்கப்படும் சிறப்புப் பொருளாதார மண்டலங்களுக்காக விளைநிலங்கள் அழிக்கப்பட்டு. நகர்ப்புற மக்கள் அப்புறப் படுத்தபட்ட அந்த இடங்கள் மிகக்குறைவான விலைக்கு அல்லது இலவசமாகப் பன்னாட்டு நிறுவனங்களுக்கு வழங்கப்பட்டது. 10 ஆண்டுகளுக்கு உற்பத்தி வரி கிடையாது. மின்சாரம் 50% மட்டுமே. பத்து ஆண்டுகள் உற்பத்தி செய்து கொழுத்த லாபம் சம்பாதித்து, வரிகள் கட்டாமல் (சலுகைகள் இருப்பதால்) வெளிநாடுகளுக்கு அனுப்பிவிடலாம். இந்த நிறுவனங்கள் 10 ஆண்டுகளுக்குப் பின்னர் தொழிலை மூடிவிட்டு இடம் பெயர்ந்து விட்டார்கள். இதனால் பல ஆயிரக்கணக்கானோர் வேலையிழந்தனர். இது கறுப்புப் பொருளாதாரத்தின் இன்னொரு கோர முகம். ஏழை நாடுகளுக்கு கிடைக்க வேண்டிய நியாமான வரி தவிர்க்கப்பட்டதுடன் தொழிலாளிகளும் சுரண்டபடுகிறார்கள் என்கிறார் ஈவா ஜா.

கோகோகோலாவும் ஆப்பிளும் சிறு கிராமங்களில் பள்ளிகள் கட்டிக் கொடுத்து தங்களது சமூகப் பொறுப்பைக் காட்டி விளம்பரப்படுத்திக் கொள்கிறார்கள். இது அவர்கள் சுரண்டியதில் 1 சதவிகிதம்கூட இருக்காது என்று மிகக் கடுமையான வார்த்தைகளால் ஈவா ஜா எழுதியிருக்கிறார்.

கறுப்புப் பணம் நாட்டுக்கும் இறையாண்மைக்கும் பொருளாதாரத் துக்கும் ஏற்படுத்தும் விளைவுகளைவிட அபாயகரமானது சிவப்புப் பணத்தை உண்டாக்குவது. கறுப்புப் பணம் என்றால் அரசுக்கு சேர வேண்டிய வரி பிடிக்கப்படாதப் பணம் என்பது தெரியும். அது என்ன சிவப்புப் பணம்? 2ஜி அலைக்கற்றை ஊழலில் லஞ்சம் பெற்றவர்கள் வரி செலுத்தாமல் போனால் அது கறுப்புப் பணம். ஆனால், அவர்கள் மீதான குற்றச்சாட்டு வரி செலுத்தவில்லை என்பது அல்ல. லஞ்சம் வாங்கியது. அதாவது, சட்டத்துக்குப் புறம்பாக வருமானம் ஈட்டி உள்ளனர். அப்படிப்பட்ட வருமானம்தான் சிவப்புப் பணம். இந்தியாவை சர்வதேசப் பட்டியலில் முன்னணி இடத்துக்கு இட்டுச் செல்வது இந்தச் சிவப்புப் பணம்தான்.

கறுப்புப் பண அரக்கனை அழிக்க முடியாதா?

வெவ்வேறு வடிவங்களில், வெவ்வேறு வண்ணங்களில், வெவ்வேறு இடங்களில் புழங்கிக்கொண்டிருக்கும் கறுப்புப் பணத்தை ஒழிக்கவே முடியாதா? மிகவும் நியாயமாக, மிகவும் எளிமையான கேள்வி இது. இந்தியர்கள் பல காலமாகவே எழுப்பிவரும் கேள்விதான். ஆனால் இதற்கு விடை தேடுவது அவ்வளவு சுலபமல்ல.

1947ம் ஆண்டிலிருந்து இன்றுவரை நாற்பதுக்கும் மேற்பட்ட கமிஷன்கள் அமைக்கப்பட்டுவிட்டன. கடந்த 65 ஆண்டுகளாகப் பல கோணங்களில் இந்தப் பிரச்னை அலசி ஆராயப்பட்டுவிட்டது. கறுப்புப் பணத்தின் பிறப்பு, பரிமாற்றம், பதுக்கல் ஆகிய அனைத்தும் ஆராயப்பட்டுவிட்டன. பல்லாயிரக்கணக்கான ஆலோசனைகள் சொல்லப்பட்டுவிட்டன. இவற்றில் மிக முக்கியமானது வாஞ்ச்சு கமிட்டியின் அறிக்கை. அருமையான யோசனைகள் இதில் சொல்ல பட்டிருந்தாலும் இந்த அறிக்கை முழுமையாக ஏற்கப்படவில்லை. சிலவற்றை மட்டும் ஏற்றுக்கொண்டார்கள். ஆனால் காலப்போக்கில் அவையும் நீர்த்துப்போய்விட்டன. 2009ல் பாஜக மூவர் குழு ஒன்றை அமைத்து அதன் யோசனைகளை அரசாங்கத்துக்கு அனுப்பிவைத்தது.

ஒரே இரவில் இதை ஒழிக்க முடியாதென்றாலும் இன்று மிகப்பெரிய பிரச்னையாக வளர்ந்து கொண்டிருக்கும் கறுப்புப் பணத்தைக் கட்டு படுத்தச் சொல்லபட்டிருக்கும் யோசனைகளில் மிக முக்கியமானவை:

1) பெரிய அளவில் மக்களிடையே விழிப்புணர்வை ஏற்படுத்த வேண்டும். நேரடியாக அல்லது மறைமுகமாக, கறுப்புப் பணம் உருவாவதற்கு உதவக் கூடாது. அல்லது அப்படி உருவாக உதவக் கூடாது. இந்த எண்ணம் ஒரு பொதுக்கருத்தாக உருபெறுமாறு அரசு செயல்படவேண்டும்.

2) வரிஏய்ப்புக் குற்றங்கள் கிரிமினல் குற்றங்களாக அறிவிக்கப்பட வேண்டும். அதற்கான சட்டத் திருத்தங்கள் கொண்டுவரப்பட வேண்டும். இந்தக் குற்றங்களை விசாரிக்க தனி விரைவு நீதிமன்றங்கள் அமைக்கவேண்டும்.

3) தேர்தல் ஆணையத்துக்கு நேரடியாக தண்டனைகள் வழங்க சட்டத் திருத்தங்கள் செய்யப்படவேண்டும்.

4) வங்கிகளின் பெரிய பரிவர்த்தனைகளை ஆன்லைன்மூலம் கண்காணிக்கத் தனிப் பிரிவு அமைக்கப்படவேண்டும்.

இவையெல்லாம் செயல்படுத்த முடியாதவை அல்ல. இருந்தும் அரசு அமைதி காப்பதற்குக் காரணம் அரசியல் துணிவு இல்லாததுதான். கறுப்புப் பணத்தை ஒழிப்பதால் வரும் லாபங்களைவிட கறுப்புப் பணம் தொடர்வதால் வரும் லாபம் அதிகம் என்று சம்பந்தப்பட்ட அரசு அதிகாரிகள் நினைக்கிறார்கள் போலும். அதனாலேயே வசதியாகக் கண்களை மூடிக்கொண்டு இருந்துவிடுகிறார்கள்.

அரசியல் துணிவு இல்லாமல் போனதற்குக் காரணம் பல கட்சிகளின் கூட்டணி ஆட்சி முறையாக இருக்கலாம் என்று கருதி 2014 பொதுத் தேர்தலில் பாஜகவுக்கு மிகப்பெரிய பெரும்பான்மை பலத்தை அளித்து ஆட்சியில் அமர வைத்தார்கள் இந்திய மக்கள். தேர்தல் பிரசாரங் களின்போதே பாஜக கறுப்புப் பணத்தை ஒரு முக்கிய அம்சமாகக் குறிப்பிட்டிருந்ததால் மக்கள் அதிக நம்பிக்கையுடன் இருந்தனர். இந்த நிமிடம் வரை அத்தகைய ஒரு நம்பிக்கையுடன்தான் மக்கள் மத்திய அரசைப் பார்த்துக்கொண்டிருக்கிறார்கள். மக்களால் ஆட்சிக்கு வந்தவர்கள் மக்களின் நம்பிக்கையைக் காப்பாற்றுவார்களா?

ஆதாரங்கள்

புத்தகங்கள்

- The Black Economy in India by Arun Kumar
- Social Problems In India by Ram Ahuja
- Governance In India : A Theatre Of The Absurd by Amrit Lal
- Capitalism's Achilles Heel: Dirty Money and How to Renew the Free Market System by TJN, Raymond Baker
- Stolen Indian wealth Abroad- Swadeshi Jagaran Manch
- Money Laundering Awareness-Handbook for Tax Examiners
- Global Illicit Financial Flows Report: 2014

ஆவணங்கள், கட்டுரைகள்

- Perception of Corruption in India, The Hindu, Santhosh Srinivasan, Research Coordinator at Transparency International.
- Organisation for Economic Co-operation and Developent (OECD) Reports.
- Global Financial Integrity (GFI) Reports on Trade Misinvoicing Flows, Money Laundering, Anonymous Companies Tax Havens / Bank Secrecy Transnational Crime and Terrorist Financing.

www.ingramcontent.com/pod-product-compliance
Lightning Source LLC
LaVergne TN
LVHW100601051026
849519LV00003B/1055
* 9 7 8 9 3 8 4 1 4 9 0 7 9 *